JANG: SÁL KÓRESKRAR MATREIÐSLU

Kannaðu kjarna Jang í kóreskri matargerð með 100 listrænum uppskriftum

Ingvar Möller

Höfundarréttarefni ©2024

Allur réttur áskilinn

Engan hluta þessarar bókar má nota eða senda á nokkurn hátt eða á nokkurn hátt án skriflegs samþykkis útgefanda og höfundarréttarhafa, nema stuttar tilvitnanir sem notaðar eru í umsögn . Þessi bók ætti ekki að koma í staðinn fyrir læknisfræðilega, lögfræðilega eða aðra faglega ráðgjöf.

EFNISYFIRLIT

- EFNISYFIRLIT 3
- KYNNING 7
- DOENJANG (GERJAR SOJABAUN) 8
  - 1. DOENJANG GRÆNMETISÆTA/ DOENJANG-JJIGAE 9
  - 2. GRILLAÐ SVÍNAKJÖT MAEKJEOK / MAEKJEOK 11
  - 3. NAUTKÁLSSÚPA/ SOGOGI BAECHU DOENJANG-GUK 13
  - 4. BOSSAM KIMCHI OG POACHED SVÍNAKJÖT/ BOSSAM 15
  - 5. SSAMJANG SÓSA 18
  - 6. KIMCHI MAKRÍL/ GODEUNGEO KIMCHI- JORIM 20
  - 7. HÖRPUDISKSÚPA/ SIGEUMCHI DOENJANG-GUK 22
  - 8. DOENJANG JJIGAE (SOJABAUNAPASTA) 24
  - 9. DOENJANG BULGOGI (SOJABAUNAMAUK MARINERAÐ NAUTAKJÖT) 26
  - 10. VEGAN DOENJANG JJIGAE (KÓRESKT BAUNAMAUKPOTTPOTT) 28
  - 11. DOENJANG BIBIMBAP (BLANDAÐ HRÍSGRJÓN MEÐ GRÆNMETI) 31
  - 12. DOENJANG CHIGAE BOKKEUM (HRÆRT SOJABAUNAPASTA GRÆNMETI) .. 33
  - 13. DOENJANG GUI (GRILLED SOYBEAN PASTE SEAFOOD) 35
  - 14. DOENJANG RAMEN SÚPA 37
  - 15. DOENJANG TOFU SALAT 39
  - 16. DOENJANG PÖNNUKÖKUR (BINDAETTEOK) 41
- GOCHUJANG (GERJAÐ RAUTT CHILIPASTA) 43
  - 17. GOCHUJANG KALDAR NÚÐLUR 44
  - 18. HRÆRÐ TTEOKBOKKI MEÐ CHILLI PASTE/ TTEOKBOKKI 46
  - 19. TTEOK TEINI MEÐ SÚRSÆTRI SÓSU/ TTEOK-KKOCHI 48
  - 20. KÓRESKUR STEIKTUR KJÚKLINGUR/ DAKGANGJEONG 50
  - 21. SMOKKFISKRÚLLUR MEÐ CRUDITÉS/ OJINGEO -MARI 53
  - 22. KRYDDAÐ HVÍTT RADISH SALAT/MU- SAENGCHAE 56
  - 23. MAUKAÐ TOFU/KIMCHI PLOKKFISKUR 58
  - 24. HEIMAGERT BIBIMBAP / BIBIMBAP 60
  - 25. KALDAR KIMCHI NÚÐLUR/ BIBIM-GUKSU 62
  - 26. SVÍNAKJÖT BULGOGI / DWAEJI-BULGOGI 64
- CHEONGGUKJANG (FRJÖGJAÐ SOJABAUN) 66
  - 27. CHEONGGUKJANG PLOKKFISKUR (CHEONGGUKJANG JJIGAE) 67

28. CHEONGGUKJANG BIBIMBAP 69
29. CHEONGGUKJANG PÖNNUKÖKUR (CHEONGGUKJANG BUCHIMGAE) 71
30. CHEONGGUKJANG NÚÐLUR (CHEONGGUKJANG BIBIM GUKSU) 73
31. CHEONGGUKJANG OG KIMCHI FRIED RICE 75
32. CHEONGGUKJANG OG GRÆNMETIS HRÆRIÐ 77

SSAMJANG (ÍDÝFINGARSÓSA) 79

33. NAUTAKJÖT BULGOGI SSAMBAP (BULGOGI SSAMBAP) 80
34. KÓRESKT GRILLSVÍNAKJÖT (SAMGYEOPSAL) 82
35. SSAMJANG SVÍNAKJÖTSVEFUR (SAMGYEOPSAL SSAM) 85
36. SSAMJANG TOFU SALAT UMBÚÐIR 87
37. SSAMJANG NAUTAKJÖT HRÍSGRJÓNASKÁLAR 89
38. SSAMJANG GRÆNMETISDISKUR 91

CHUNJANG (SVARTA BAUNASÓSA) 93

39. TTEOKBOKKI MEÐ BLACK BEAN PASTE/ JJAJANG-TTEOKBOKKI 94
40. JAJANGMYEON (BLACK BEAN NÚÐLUR) 96
41. JAJANGBAP (BLACK BEAN RICE BOWL) 98
42. JAJANG TTEOKBOKKI (BLACK BEAN RICE KAKA) 100
43. JAJANG MANDU (BLACK BEAN DUMPLINGS) 102

YANGNYEOM JANG (KRYDD SOJA SÓSA) 104

44. KRYDDLEG MARINADE/ MAEUN YANGNYEOMJANG 105
45. GRILLMARINADE/ BULGOGI YANGNYEOM 107
46. YANGNYEOM JANG KJÚKLINGAVÆNGIR 109
47. YANGNYEOM JANG GLJÁÐUR TOFU HRÆRIÐ 111
48. YANGNYEOM JANG GLJÁÐUM GRILLUÐUM RÆKJUSPJÓTUM 113
49. YANGNYEOM JANG DÝFINGARSÓSA FYRIR DUMPLINGS 115
50. YANGNYEOM JANG NAUTAKJÖT HRÆRIÐ 117
51. YANGNYEOM JANG LAXSPJÓT 119
52. YANGNYEOM JANG NÚÐLUR 121
53. YANGNYEOM JANG TOFU TEINI 123

MAESIL JANG (PLÓMUSÓSA) 125

54. MAESIL JANG GLJÁÐIR KJÚKLINGAVÆNGIR 126
55. MAESIL JANG SALATDRESSING 128
56. MAESIL JANG GLJÁÐUR LAX 130
57. MAESIL JANG ÍSTE 132

58. MAESIL JANG HRÆRT GRÆNMETI 134
59. MAESIL JANG GLJÁÐ SVÍNAKJÖT HRÆRT 136
60. MAESIL JANG BBQ RIF 138
61. MAESIL JANG OG GINGER INFUSED HEITT TE 140

MATGANJANG (KRYDD SOJA SÓSA) 142

62. RÆKJU- OG ANANASSTEIKT HRÍSGRJÓN/HAWAIIAN BOKKEUMBAP 143
63. KÓRESKUR NAUTAKJÖT TARTARE/ YUKHOE 145
64. HRÆRÐIR SVEPPIR/ BEOSEOT-BOKKEUM 147
65. SÆTAR OG SÚRAR LOTUS RÆTUR/ YEONGEUN-JORIM 149
66. KRYDDUÐ NAUTAKJÖT OG GRÆNMETISSÚPA/ YUKGAEJANG 151
67. HRÆRÐ HVÍT RADÍSA/MU- NAMUL 154
68. HRÆRÐAR GRÆNAR BAUNIR/GRÆNAR BAUNIR BOKKEUM 156
69. TOFU SALAT/ DUBU -SALAT 158
70. FISH FRITTERS/ SEANGSEON-TUIGIM SALAT 160
71. TTEOKBOKKI MEÐ SOJASÓSU/ GANJANG-TTEOKBOKKI 162
72. ÍSUÐ ÞANGSÚPA/ MIYEOK-NAENGGUK 164
73. GUFUSOÐINN SJÓBRJÓTUR/ DOMI-JJIM 166
74. SESAMSPÍNAT/ SIGEUMCHI-NAMUL 169
75. ÞORSKRÚLLUR/ SEANGSEON-MARIGUI 171

GANJANG (SOJA SÓSA) 173

76. KIMCHI FRIED RICE/KIMCHI BOKKEUMBAP 174
77. SURIMI SALAT/ KEURAEMI -SALAT 176
78. KÓRESKAR NAUTAKJÖT/ TTEOKGALBI 178
79. ÞUNNT SNEIÐ GRILLUÐ RIF/LA GALBI 180
80. SALATSALAT MEÐ KIMCHI SÓSU/ SANGCHU-GEOTJEORI 182
81. BLAÐLAUKSSALAT/PA- MUCHIM 184
82. OMELETTE , OG TÚNFISKSKÁL/ CHAMCHI -MAYO- DEOBPAB 186
83. NAUTAKJÖT JAPCHAE / JAPCHAE 188
84. SEAWEED VERMICELLI FRITTERS/ GIMMARI 191
85. MAT GANJANG SÓSA/MAT GANJANG 194
86. STEIKTUR KÓRESKUR KJÚKLINGUR/ DAKBOKKEUMTANG 196
87. NAUTAKJÖT JANGJORIM / SOGOGI JANGJORIM 198
88. AGÚRKA SOJASÓSA SÚRUM GÚRKUM/OI JANGAJJI 200
89. KIMCHI GIMBAP /KIMCHI- KIMBAP 202

GERJUÐ ANSÓVÍSÓSA 205

90. Kimchi pönnukökur/ Kimchijeon 206
91. Nautakjöt með sveppum og kúrbít 208
92. Hrærður kúrbít/ Hobak-Namul 210
93. Kínverska hvítkál Kimchi/ Baechu -Kimchi 212
94. Agúrka Kimchi/Oi- Sobagi 215
95. White Radish Kimchi/ Kkakdugi 218
96. Graslaukur Kimchi/Pa-Kimchi 221
97. Hvítur Kimchi 223
98. Svínakjöt Og Kimchi Hrærið/Kimchi- Jeyuk 226
99. Kimchi Stew/Kimchi- Jjigae 228
100. Kínverska hvítkál salat með Kimchi sósu/ Baechu-Geotjeori 230

NIÐURSTAÐA 232

KYNNING

Kóresk matargerð er veggteppi af bragði, ilmum og hefðum, hver þráður ofinn í ríkan matreiðsluarfleifð sem hefur heillað mataráhugamenn um allan heim. Kjarni þessarar matargerðarferðar er lykilatriði sem skilgreinir sál kóreskrar matargerðar — Jang. Í „Jang: Sál kóreskrar matreiðslu," byrjum við í könnun á þessu ómissandi hráefni, afhjúpum blæbrigði þess, þýðingu og listdansinn sem það sýnir í ótal uppskriftum.

Jang, hugtak sem nær yfir ýmsar gerjaðar sósur og deig, hefur verið hornsteinn kóresks matreiðsluhandverks um aldir. Umbreytandi kraftar þess hækka ekki aðeins bragðið af réttum heldur tengja kynslóðir einnig saman með því að varðveita gamaldags tækni. Þegar við kafum ofan í þessa matreiðsluferð kynnumst við listfengi kóreskra matreiðslumanna sem beita Jang af kunnáttu til að búa til rétti sem hljóma jafnt við hefðir sem nýsköpun.

Listrænn þáttur kóreskrar matargerðar er sýndur með 100 nákvæmlega útbúnum uppskriftum, hver um sig er til vitnis um fjölhæfni Jang. Þessar uppskriftir spanna svið matreiðslumöguleika, allt frá hefðbundnum sígildum sem hafa staðist tímans tönn til samtímasköpunar sem þrýstir á mörk bragðsins. Í gegnum linsu þessara listrænu uppskrifta er lesendum boðið að verða vitni að hjónabandi hefðar og nýsköpunar, allt bundið saman af sameinandi nærveru Jang.

„JANG: SÁL KÓRESKRAR MATREIÐSLU" er meira en safn uppskrifta; þetta er matreiðslusinfónía sem fagnar hjónaband bragðtegunda, takti hefðarinnar og samhljómi nýsköpunar. Þegar við flökkum í gegnum líflegt veggteppi kóreskrar matargerðar, lifna síðurnar við með sjónrænni og matargerðarlegri töfra rétta sem fela í sér anda Jang. Þessi könnun er heiður til handverksmanna sem hafa varðveitt og þróað arfleifð Jang og miðlað þekkingu sinni frá kynslóð til kynslóðar. Með vígslu þeirra býðst okkur að njóta kjarna kóreskrar matargerðar – dans á bragði sem fer yfir tíma og landamæri.

DOENJANG (GERJAR SOJABAUN)

1. Doenjang grænmetisæta/ Doenjang-Jjigae

HRÁEFNI:
- 600ml (2 bollar) vatn
- 12 cm (4½ tommu) ferningur dasima þang (kombu)
- 1 gulrót
- 1 laukur
- ½ kúrbít (courgette)
- ½ blaðlaukur (hvíti hluti)
- 150 g (5½ oz) mangadak sveppir (shimeji) eða hnappasveppir
- ½ grænt chilli
- 100 g (3½ oz) doenjang gerjuð sojabaunamauk
- 250 g (9 oz) þétt tófú
- 1 tsk gochugaru chilli duft (valfrjálst)

LEIÐBEININGAR:
a) Hitið vatnið í potti við háan hita. Hreinsaðu stykkið af dasima þangi undir rennandi vatni og bættu því í pottinn.
b) Skerið gulrótina í 1 cm (½ tommu) þykka fjórðu hringi. Saxið laukinn gróft. Þegar vatnið sýður er gulrótinni og lauknum bætt út í.
c) Skerið kúrbítinn í 1,5 cm (⅝ tommu) þykka fjórðu hringi og bætið þeim út í soðið um leið og suðan fer aftur. Eldið í 10 mínútur. Á meðan, skerið blaðlaukinn í 1 cm (½ tommu) þykkar sneiðar á ská og tófúið í
d) 2 cm (¾ tommu) þykkir teningur. Fjarlægðu mangadak sveppastilkana og þvoðu þá (fyrir hnappasveppi, skera í fernt). Skerið chilli í 1 cm (½ tommu) þykka bita og þvoið vel undir rennandi vatni á meðan fræin eru fjarlægð.
e) Eftir 10 mínútur skaltu bæta við doenjang, blaðlauk, sveppum, tofu og chilli. Þegar suðan fer aftur, látið malla í 5 mínútur. Ljúktu kryddinu með því að bæta við meira doenjang eftir þínum smekk. Til að fá sterkari útgáfu skaltu bæta við gochugaru chilli duft.

2.Grillað svínakjöt Maekjeok / Maekjeok

HRÁEFNI:
- 3 græn blaðlauf
- 700 g (1 lb 9 oz) svínaöxl (bein í)
- 80 g (2¾ oz) doenjang gerjuð sojabaunamauk
- 2 matskeiðar matganjang sósa
- 3 matskeiðar varðveitt sítróna
- 1 tsk malað engifer
- 2 matskeiðar hvítt áfengi (soju eða gin)
- 1 matskeið sesamolía

LEIÐBEININGAR:
a) Skerið blaðlaufblöðin í 7 cm (2¾ tommu) bita. Skerið svínakjötið í 2 cm (¾ tommu) þykkar sneiðar. Notaðu hníf til að skera hverja sneið á báðum hliðum og búa til rist mynstur. Gætið þess að skera ekki í gegnum sneiðarnar. Blandið kjötsneiðunum og blaðlauksbitunum saman við doenjang , mat ganjang , niðursoðna sítrónu, engifer, áfengi og sesamolíu.

b) Forhitið ofninn í 180°C (350°F). Settu svínasneiðarnar, án þess að skarast, á grillgrind með steikarpönnu undir. Setjið blaðlauksbitana utan um kjötið ásamt nokkrum sneiðum af niðursoðinni sítrónu, ef vill. Eldið í 30 mínútur.

c) Eftir að hafa verið tekin úr ofninum skaltu farga blaðlauksbitunum. Skerið kjötið í litla bita með skærum. Þú getur borðað það eins og ssambap ef þú vilt.

3.Nautkálssúpa/ Sogogi Baechu Doenjang-Guk

HRÁEFNI:
- ½ kínakál
- 300 g (10½ oz) þykk nautasteik
- 4 hvítlauksrif
- 1 matskeið sesamolía
- 2 matskeiðar matganjang sósa
- 1 lítri (4 bollar) vatn
- 70 g (2½ oz) doenjang gerjuð sojabaunamauk

LEIÐBEININGAR:
a) Skerið hálfa kínakálið í tvo fjórðunga. Fjarlægðu grunninn. Skerið hvern fjórðung í um það bil 2 cm (¾ tommu) breiða bita. Þvoið og skolið af. Klappaðu nautakjötinu með pappírshandklæði til að gleypa umfram blóð. Skerið nautakjötið í hæfilega stóra bita. Myljið hvítlaukinn.
b) Hitið sesamolíuna í potti við háan hita. Bætið kjötinu, hvítlauknum og matganjang saman við . Steikið þar til nautakjötið er eldað að utan. Hellið vatninu út í og hitið að suðu. Bætið kálinu og doenjang út í . Látið malla í 15 mínútur í viðbót við meðalhita.

4.Bossam Kimchi Og Poached Svínakjöt/ Bossam

HRÁEFNI:
POACHED SVÍNAKJÖT
- 600 g (1 lb 5 oz) ókryddað svínakjöt
- 70 g (2½ oz) doenjang gerjuð sojabaunamauk
- 4 hvítlauksrif
- 20 stór svört piparkorn
- ½ laukur
- 4 græn lauf úr ½ blaðlauk
- 250 ml (1 bolli) hvítt áfengi (soju eða gin)

BOSSAM KIMCHI
- 400 g (14 oz) hvít radísa (daikon)
- 6 matskeiðar sykur
- 1 matskeið sjávarsalt
- ½ pera
- 3 hvítlaukslauksstönglar (eða 2 vorlaukar/hellur, án peru)
- 3 hvítlauksrif
- 20 g (¾ oz) gochujang chillimauk
- 3 matskeiðar gochugaru chilli duft
- 3 msk gerjuð ansjósusósa
- 2 matskeiðar engifersíróp
- Kínverska hvítkál hlið
- ¼ Kínakál í saltlegi, tæmt

LEIÐBEININGAR:

a) Hitið 1,5 lítra (6 bolla) vatn að suðu í potti. Skerið svínakjötið í tvennt eftir endilöngu og dýfið í sjóðandi vatnið. Bætið doenjang, hvítlauk, piparkornum, lauk, blaðlauk og áfengi út í. Látið malla í 10 mínútur við háan hita, þakið, síðan 30 mínútur við meðalhita, að hluta til, síðan 10 mínútur við vægan hita.
b) Á meðan svínakjötið er að eldast, skerið hvítu radísuna í 5 mm (¼ tommu) eldspýtustangir. Marinerið með 5 matskeiðar af sykri og sjávarsalti í 30 mínútur, blandið saman hverju sinni
c) 10 mínútur. Skolaðu létt undir köldu vatni, tæmdu síðan og kreistu með höndunum þar til enginn vökvi kemur út.
d) Skerið peruna í 5 mm (¼ tommu) eldspýtustangir og skerið graslaukinn í 3 cm (1¼ tommu) bita. Myljið hvítlaukinn. Blandið saman radísunni, perunni, graslauknum, hvítlauknum, gochujang, gochugaru, gerjuðri ansjósusósu, 1 matskeið af sykrinum og engifersírópinu í skál.
e) Tæmið svínakjötið og skerið þunnt. Berið fram með bossam kimchi. Raðið kálinu í saltvatn til hliðar eftir að fyrstu þrjú ytri blöðin eru fjarlægð.
f) Til að borða skaltu pakka kjötinu og bossam kimchi vel inn í kálblað.

5.Ssamjang sósa

HRÁEFNI:
- 40 g (1½ oz) gochujang chillimauk
- 30 g (1 oz) doenjang gerjuð sojabaunamauk
- 1 tsk sykur
- 1 matskeið sesamolía
- ½ matskeið sesamfræ
- 2 pressuð hvítlauksrif

LEIÐBEININGAR:
a) Blandið öllu hráefninu saman.
b) Sósan geymist í 2 vikur í lokuðu íláti í ísskápnum.

6.Kimchi Makríl/ Godeungeo Kimchi- Jorim

HRÁEFNI:
- 500 g (1 lb 2 oz) makríl ½ laukur
- 10 cm (4 tommur) blaðlaukur (hvítur hluti)
- 30 g (1 oz) kryddleg marinering
- 25 g (1 oz) doenjang gerjuð sojabaunamauk
- 2 matskeiðar mottu ganjang sósa
- 1 msk engifersíróp
- 50 ml (lítill ¼ bolli) hvítt áfengi (soju eða gin)
- 400 g (14 oz) kínverska hvítkál Kimchi
- 300 ml (1¼ bollar) vatn

LEIÐBEININGAR:
a) Gut makrílinn; skera höfuð, ugga og hala af.
b) Skerið hvern makríl í þrjá hluta. Skerið laukinn í 1 cm (½ tommu) breiðar sneiðar. Skerið blaðlaukinn í 1 cm (½ tommu) þykka hluta á ská.
c) Undirbúið sósuna með því að blanda saman krydduðu marineringunni, doenjang , mat ganjang , engifersírópi og áfengi.
d) Setjið kimchi, án þess að skera það, í botninn á potti (helst heilt ¼ hvítkál). Bætið makrílbitunum ofan á kimchi. Hellið vatninu út í, síðan sósunni, passið að fiskurinn sé vel þakinn. Bætið lauknum út í. Látið suðuna koma upp við háan hita, þakið að hluta, og látið malla í 30 mínútur við meðalhita. Bætið blaðlauknum saman við og blandið innihaldsefnunum varlega saman einu sinni. Látið malla í 10 mínútur til viðbótar.

7. Hörpudisksúpa / Sigeumchi Doenjang-Guk

HRÁEFNI:

- 250 g (9 oz) ferskt spínat
- 200 g (7 oz) lítil hörpuskel
- 1,5 lítrar (6 bollar) vatn, helst úr 3. hvítum hrísgrjónaþvotti
- 130 g (4½ oz) doenjang gerjuð sojabaunamauk
- 4 matskeiðar matganjang sósa
- Salt

LEIÐBEININGAR:
a) Þvoið ferska spínatið vandlega og skolið af. Skolið hörpuskelina og skolið af.
b) Hitið vatnið að suðu. Bætið doenjang gerjuðu sojabaunamaukinu út í.
c) Þegar doenjang er vel uppleyst, bætið hörpuskelinni út í.
d) Um leið og suðu byrjar aftur skaltu elda í 5 mínútur og bæta síðan spínatinu við. Látið spínatið visna í um það bil 3 mínútur. Bætið mattan ganjang út í. Athugaðu kryddið og bætið salti við eftir þörfum.

8.Doenjang Jjigae (sojabaunapasta)

HRÁEFNI:
- 1 matskeið sesamolía
- 1 laukur, sneiddur
- 2 hvítlauksgeirar, saxaðir
- 1 kúrbít, skorinn í sneiðar
- 1 kartöflu, afhýdd og skorin í teninga
- 1 bolli tofu, í teningum
- 3 matskeiðar doenjang
- 6 bollar vatn eða grænmetissoð
- Grænn laukur, saxaður (til skrauts)

LEIÐBEININGAR:
a) Hitið sesamolíu í potti og steikið hvítlauk og lauk þar til ilmandi.
b) Bæta við kúrbít, kartöflum og tofu. Hrærið í nokkrar mínútur.
c) Leysið doenjang upp í vatni eða seyði og bætið í pottinn.
d) Látið suðuna koma upp og látið malla þar til grænmetið er meyrt.
e) Skreytið með söxuðum grænum lauk áður en hann er borinn fram.

9.Doenjang Bulgogi (sojabaunamauk marinerað nautakjöt)

HRÁEFNI:
- 1 pund nautakjöt í þunnum sneiðum
- 3 matskeiðar doenjang
- 2 matskeiðar sojasósa
- 2 matskeiðar sykur
- 1 matskeið sesamolía
- 2 hvítlauksgeirar, saxaðir
- 1 matskeið rifinn engifer
- Svartur pipar, eftir smekk
- Sesamfræ (til skrauts)

LEIÐBEININGAR:
a) Blandið doenjang, sojasósu, sykri, sesamolíu, hvítlauk, engifer og svörtum pipar saman í skál.
b) Marinerið nautakjötið í blöndunni í að minnsta kosti 30 mínútur.
c) Hitið pönnu og hrærið marinerað nautakjötið þar til það er eldað.
d) Skreytið með sesamfræjum áður en borið er fram.

10.Vegan Doenjang Jjigae (kóreskt baunamaukpottpott)

HRÁEFNI:
- 15 g (½ oz) þurrkaðir shiitake sveppir (2-4, fer eftir stærð)
- 1 vegan yuksu eða dashi poki
- 15 ml (1 msk) sesamolía
- 50 g (1¾oz) laukur
- 1 stór hvítlauksgeiri, afhýddur
- 125 g (4½ oz) miðlungs þétt baunaost
- ½ kóreskur kúrbít, um 150 g (5 ⅓ oz)
- 50 g (1¾oz) shimeji sveppir
- 50 g (1¾oz) enoki sveppir
- 1 rauður eða grænn banani chilli
- ½ tsk, eða eftir smekk gochugaru (kóreskar chiliflögur)
- 50 g (1¾oz) doenjang (gerjað sojabaunamauk)
- 1 egg (valfrjálst, fyrir grænmetisætur)
- 1 vorlaukur

AÐ ÞJÓNA
- gufusoðin kóresk eða japönsk hrísgrjón
- banchan (kóreskt meðlæti) að eigin vali

LEIÐBEININGAR:
a) Skolaðu þurrkuðu shiitake sveppina í köldu vatni, settu þá í skál og bættu við 300 ml (1¼ bolli) af volgu vatni. Látið liggja í bleyti við stofuhita í um það bil tvær klukkustundir þar til það er mjúkt. Kreistu vatnið úr sveppunum, geymdu bleytivökvann. Fjarlægðu og settu sveppastilkana til hliðar, skerðu síðan hetturnar í þunnar sneiðar.

b) Hellið vökvanum í bleyti í lítinn pott, bætið við sveppastönglunum og látið suðuna koma upp við meðalloga. Slökkvið á hitanum, bætið yuksu eða dashi pokanum út í og látið blandast á meðan önnur hráefni eru útbúin.

c) Saxið laukinn og skerið hvítlaukinn í sneiðar. Skerið baunaostinn í hæfilega stóra teninga. Skerið kóreska kúrbítinn í fjórða hluta eftir endilöngu og skerið hann síðan þunnt. Skerið af og fargið viðarkenndum neðri hluta enokisveppastönglanna . Brjótið enoki og shimeji sveppina í litla kekki. Skerið banana chilli á ská í bita um það bil 3 mm (⅛in) þykka.

d) Hitið pott (helst kóreskan steinpott) yfir miðlungs lágum loga sem tekur um 750 ml (3 bolla) og bætið sesamolíu út í. Bætið lauknum og hvítlauknum út í og eldið þar til laukurinn fer að mýkjast, hrærið oft. Stráið chiliflögunum í pottinn og hrærið stöðugt í í um 30 sekúndur.
e) Fjarlægðu sveppastönglana og yuksu /dashi-pokann úr bleytivökvanum og helltu 250 ml (1 bolli) af honum í pottinn og bætið svo doenjanginu út í. Látið suðuna koma upp, hrærið oft og vertu viss um að doenjangið sé uppleyst. Bætið niðursneiddum shiitake sveppahettum, baunaost og kúrbít út í og látið malla þar til leiðsögnin fer að mýkjast. Hrærið shimeji sveppunum og banana chilli saman við og látið malla í um tvær mínútur. Bætið enoki sveppunum út í og látið malla þar til þeir byrja að mýkjast.
f) Ef þú notar skaltu brjóta eggið í lítið fat. Færðu hráefnin í pottinum til hliðanna til að búa til djúpan gíg og renndu egginu í, passaðu að eggjarauðan brotni ekki. Látið malla í nokkrar mínútur þar til eggið er orðið mjúkt stíft.
g) Saxið vorlaukinn og dreifið honum yfir soðið. Berið fram strax með gufusoðnum hrísgrjónum og banchan.

11. Doenjang Bibimbap (blandað hrísgrjón með grænmeti)

HRÁEFNI:
- Soðin hrísgrjón
- 2 matskeiðar doenjang
- 1 matskeið sesamolía
- 1 gulrót, söxuð
- 1 kúrbít, niðurskorinn
- 1 bolli baunaspírur, hvítur
- 1 bolli spínat, hvítt
- Steikt egg (eitt í hverjum skammti)
- Sesamfræ (til skrauts)

LEIÐBEININGAR:
a) Blandið doenjang saman við sesamolíu og hrærið út í soðnu hrísgrjónin.
b) Raðið julienned grænmeti og baunaspírum yfir hrísgrjónin.
c) Toppið með steiktu eggi og stráið sesamfræjum yfir áður en það er borið fram.
d) Blandið öllu saman áður en þú borðar.

12.Doenjang Chigae Bokkeum (Hrært sojabaunapasta grænmeti)

HRÁEFNI:
- 2 matskeiðar doenjang
- 1 matskeið gochujang (kóreskt rauð piparmauk)
- 1 matskeið sojasósa
- 1 matskeið sykur
- 1 matskeið sesamolía
- Ýmislegt grænmeti (sveppir, papriku, gulrætur osfrv.)
- 2 hvítlauksgeirar, saxaðir
- 1 matskeið jurtaolía

LEIÐBEININGAR:
a) Blandið doenjang, gochujang, sojasósu, sykri og sesamolíu saman í skál.
b) Hitið jurtaolíu á pönnu og steikið hvítlauk þar til ilmandi.
c) Bætið við ýmsu grænmeti og hrærið þar til það er aðeins meyrt.
d) Hellið doenjang blöndunni yfir grænmetið og hrærið þar til það er vel húðað.
e) Eldið þar til grænmetið er fulleldað. Berið fram heitt.

13.Doenjang Gui (Grilled Soybean Paste Seafood)

HRÁEFNI:
- Úrval sjávarfangs (rækjur, smokkfiskur, kræklingur)
- 3 matskeiðar doenjang
- 2 matskeiðar mirin
- 1 matskeið hunang
- 1 matskeið sesamolía
- 2 hvítlauksgeirar, saxaðir
- Grænn laukur, saxaður (til skrauts)

LEIÐBEININGAR:
a) doenjang, mirin, hunangi, sesamolíu og söxuðum hvítlauk í skál.
b) Marinerið sjávarfangið í blöndunni í 15-20 mínútur.
c) Grillið marineruðu sjávarfangið þar til það er eldað.
d) Skreytið með söxuðum grænum lauk áður en hann er borinn fram.

14.Doenjang Ramen súpa

HRÁEFNI:
- 2 matskeiðar doenjang
- 4 bollar grænmetis- eða kjúklingasoð
- 2 pakkar ramen núðlur
- 1 bolli sneiddir sveppir
- 1 bolli baby bok choy, saxað
- 1 gulrót, þunnt skorin
- 1 matskeið sesamolía

LEIÐBEININGAR:
a) doenjang upp í soðinu í potti og látið suðuna koma upp.
b) Eldið ramen núðlurnar samkvæmt leiðbeiningum á pakka.
c) Bætið sveppum, bok choy og gulrótum við soðið. Látið malla þar til grænmetið er meyrt.
d) Hrærið sesamolíu saman við og berið fram yfir soðnar ramennúðlur.

15.Doenjang Tofu salat

HRÁEFNI:
- 1 kubba þétt tófú, í teningum
- 3 matskeiðar doenjang
- 2 matskeiðar hrísgrjónaedik
- 1 matskeið sojasósa
- 1 matskeið sesamolía
- Blandað salat grænmeti
- Kirsuberjatómatar, helmingaðir
- Agúrka, sneidd

LEIÐBEININGAR:
a) Þeytið saman doenjang, hrísgrjónaedik, sojasósu og sesamolíu.
b) Kasta tófú í teningum í dressinguna og látið marinerast í 15 mínútur.
c) Raðið salati, kirsuberjatómötum og gúrku á disk.
d) Toppið með marineruðu tófúi og dreypið aukadressingu yfir ef vill.

16.Doenjang pönnukökur (Bindaetteok)

HRÁEFNI:
- 1 bolli liggja í bleyti og malaðar mung baunir
- 2 matskeiðar doenjang
- 1/2 bolli saxaður kimchi
- 1/4 bolli saxaður grænn laukur
- 2 matskeiðar jurtaolía

LEIÐBEININGAR:
a) Blandið möluðum mung baunum, doenjang, kimchi og grænum lauk í skál.
b) Hitið olíu á pönnu. Hellið blöndunni á pönnuna til að mynda litlar pönnukökur.
c) Eldið þar til það er gullbrúnt á báðum hliðum.
d) Berið fram með dýfingarsósu úr sojasósu, hrísgrjónaediki og sesamolíu.

GOCHUJANG (GERJAÐ RAUTT CHILIPASTA)

17.G ochujang Kaldar núðlur

HRÁEFNI:
- 2 hvítlauksgeirar, muldir
- 3 matskeiðar gochujang, heitt kryddað deig
- 1 stykki af þumalfingursstærð ferskt engifer, afhýtt og rifið
- ¼ bolli hrísgrjónavínsedik
- 1 tsk sesamolía
- 4 radísur, þunnar sneiðar
- 2 matskeiðar sojasósa
- 4 egg, mjúk soðin
- 1 ½ bolli bókhveiti núðlur, soðnar, tæmdar og endurnærðar
- 1 telegraph agúrka, skorin í stóra bita
- 2 tsk, 1 af hverju svörtu og hvítu sesamfræi
- 1 bolli Kimchi

LEIÐBEININGAR:
a) Bætið heitu sósunni, hvítlauknum, sojasósunni, engiferinu, vínedikinu og sesamolíu í skál og blandið saman.
b) Setjið núðlurnar út í og blandið vel saman, passið að þær séu húðaðar í sósunni.
c) Setjið í framreiðsluskálar, bætið nú radísu, kimchi, eggi og agúrku út í hverja.
d) Ljúktu við að dusta af fræjunum.

18. Hrærð Tteokbokki Með Chilli Paste/ Tteokbokki

HRÁEFNI:
- 4 egg
- 2 vorlaukar (skarlaukur) stilkar (engar perur)
- 200 g (7 oz) fiskmauk
- 500 ml (2 bollar) vatn
- 1 grænmetiskraftsteningur
- 4 matskeiðar sykur
- 300 g (10½ oz) tteokbokki tteok
- 40 g (1½ oz) gochujang chillimauk
- 1 matskeið gochugaru chilli duft
- 1 matskeið sojasósa
- ½ matskeið hvítlauksduft

LEIÐBEININGAR:
a) Harðsoðið eggin. Skerið vorlaukinn í 5 cm (2 tommu) hluta, síðan í tvennt endilangt. Skerið fiskmaukið áská í 1,2 cm (½ tommu) þykka hluta.
b) Hellið vatninu í pönnu. Bætið soðteningnum og sykri út í. Látið suðuna koma upp, lækkið hitann strax í miðlungs og hellið tteokbokki út í tteok. Látið malla í 5 mínútur, hrærið til að koma í veg fyrir að þær festist við botninn á pönnunni eða hvort við annað, aðskiljið þær ef þarf. Bætið við gochujang, gochugaru, sojasósu, hvítlauksdufti og fiskmauki.
c) Eldið í 10 mínútur, hrærið reglulega, áður en skrældar harðsoðnu eggjunum og vorlauknum er bætt út í. Eldunin er búin þegar tteokbokki tteok eru mjúk og sósan hefur minnkað um helming og húðar hráefnið vel.

19.Tteok teini með súrsætri sósu/ Tteok-Kkochi

HRÁEFNI:
- 36 tteokbokki tteok
- 3 matskeiðar tómatsósa
- 2 matskeiðar sykur
- 1 tsk hvítlauksduft
- 3 matskeiðar sojasósa
- ½ matskeið gochugaru chilli duft
- 15 g (½ oz) gochujang chillimauk
- 50 ml (lítill ¼ bolli) vatn
- 2 matskeiðar maíssíróp Hlutlaus jurtaolía

LEIÐBEININGAR:
a) Hitið pott af vatni að suðu. Sökkva niður tteokbokki Settu í sjóðandi vatnið í 3 mínútur og tæmdu síðan. Þegar þær hafa kólnað örlítið, þræðið þær á sex tréspjót (sex tteok á teini). Ef tteokbokki tteok nýbúið til , slepptu þessu fyrsta skrefi og undirbúið teinarnir án þess að láta þá þorna í 30 mínútur.
b) Blandið tómatsósu, sykri, hvítlauksdufti, sojasósu, gochugaru , gochujang og 50 ml (lítill ¼ bolli) af vatni saman í pott. Látið suðuna koma upp og lækkið hitann í lágan. Látið malla í 5 mínútur, hrærið varlega. Takið af hitanum og hrærið maíssírópinu smám saman út í.
c) Hellið jurtaolíu í pönnu allt að helmingi hæðar en tteokbokki tteok . Hitið og steikið hvern teini í 3 mínútur á báðum hliðum.
d) Setjið teinarnir á bakka og penslið hvora hlið ríkulega með sósunni með sætabrauðspensli. Njóttu.

20.Kóreskur steiktur kjúklingur/ Dakgangjeong

HRÁEFNI:
- 700 g (1 lb 9 oz) kjúklingabringur, húð á
- 150 ml (mikill ½ bolli) mjólk
- 2 tsk salt
- 1 tsk mild paprika
- 1 tsk milt gult karrýduft
- 2 tsk hvítlauksduft
- 600 g (1 lb 5 oz) kóreskt brauðdeig
- 1 lítri (4 bollar) hlutlaus jurtaolía
- 3 muldar möndlur (eða hnetur)

YANGNYEOM SÓSA
- ¼ epli ½ laukur
- 3 hvítlauksrif
- 100 ml (lítill ½ bolli) vatn
- 5 matskeiðar tómatsósa
- 20 g (¾ oz) gochujang chillimauk
- 1 matskeið gochugaru chilli duft
- 4 matskeiðar sojasósa
- 2 matskeiðar sykur
- 5 matskeiðar maíssíróp
- 1 góð klípa pipar

LEIÐBEININGAR:
a) Skerið kjúklingabringurnar í grófa bita (A). Hellið mjólkinni yfir kjúklingabitana (B). Lokið og látið hvíla í 20 mínútur.

b) Tæmið kjúklinginn með því að nota sigti. Setjið kjúklingabitana í skál með salti, papriku, karrý og hvítlauksdufti. Nuddið kryddinu í kjúklinginn. Blandið saman við deigið.

c) Hitið olíuna í 170°C (340°F). Til að kanna hitastigið, láttu dropa af deigi falla ofan í olíuna: ef hann fer strax upp á yfirborðið er hitastigið rétt. Gakktu úr skugga um að hver kjúklingabiti sé vel húðaður með deigi og slepptu þeim í olíuna (C). Kjúklingabitarnir eiga ekki að festast hver við annan í olíunni. Steikið í um það bil 5 mínútur. Takið kjúklinginn út og látið renna af honum í 5 mínútur á grind. Steikið aftur í 3 mínútur og látið renna af í 5 mínútur.

d) Fyrir yangnyeom sósuna maukið eplið, laukinn og hvítlaukinn í lítilli matvinnsluvél. Blandið vatni, tómatsósu, gochujang, gochugaru , sojasósu, sykri, maíssírópi og pipar saman við. Hitið blönduna á pönnu eða pönnu við háan hita. Þegar sósan kraumar, rétt áður en hún sýður, lækkarðu hitann. Blandið mjög varlega einu sinni eða tvisvar. Látið malla í 7 mínútur, hrærið. Bætið steikta kjúklingnum út í og hitið við meðalhita. Hjúpið kjúklinginn varlega með sósunni (D) og látið malla í 2 mínútur. Berið fram stráð með muldum möndlum eða hnetum (EF).

e) ADD Þú getur borið þennan kjúkling fram með smá hægelduðum hvítum radish súrum gúrkum og skreytt með nokkrum sneiðum af niðursoðinni sítrónu, ristuðum í ofni, ef vill.

21.Smokkfiskrúllur Með Crudités/ Ojingeo -Mari

HRÁEFNI:
- 4 smokkfiskrör
- ½ rauð paprika (pipar)
- ½ gul paprika (pipar)
- gulrót
- 10 cm (4 tommu) stykki agúrka
- 20 sneiðar hvít radish súrum gúrkum í hringi

KRYDDA SÓSA
- 25 g (1 oz) gochujang chillimauk
- 1 msk epla- eða eplaedik
- 1 matskeið sykur
- 1 matskeið varðveitt sítróna
- ½ matskeið sojasósa
- 1 tsk sesamolía
- 1 klípa sesamfræ

ÓKRYDDUR SÓSA
- 1 matskeið sojasósa
- ½ matskeið sykur
- 2 matskeiðar epla- eða eplaedik
- ½ tsk sinnep
- 2 graslaukur, saxaður

LEIÐBEININGAR:

a) Fjarlægðu smokkfiskrörshúðin og miðlægan tæran gogg ef þörf krefur, þvoðu síðan og tæmdu. Opnaðu slöngurnar í tvennt. Á ytra yfirborði smokkfisksins skaltu skora mjög þétt ristmynstur með beittum hníf án þess að gata.
b) Látið suðu koma upp í pott af söltu vatni. Dýfðu smokkfiskrörunum í vatnið. Eldið í 5 mínútur, hellið síðan af. Látið kólna.
c) Skerið paprikuna og gulrótina í 5 mm (¼ tommu) eldspýtustangir. Notaðu hníf til að fjarlægja miðhluta gúrkunnar með fræjunum; aðeins ytri hlutinn verður notaður. Skerið í eldspýtustangir.
d) Í hvert smokkfiskrör raðið 5 sneiðum af hvítum radish súrum gúrkum, smá gulrót, gúrku og papriku. Lokaðu með því að rúlla upp. Gataðu rúlluna á 2 cm fresti (¾ tommu) með tannstönglum. Skerið á milli hvers tannstöngla til að gera litlar rúllur.
e) Blandið saman að eigin vali af sósuhráefni (kryddað eða ókryddað) og njótið með því að dýfa smokkfiskrúllum í sósuna.

22. Kryddað hvítt radish salat/Mu- Saengchae

HRÁEFNI:
- 450 g (1 lb) hvít radísa (daikon)
- ½ msk salt 3 msk sykur
- 1 vorlaukur (skarlaukur) stilkur (engin pera)
- 3 hvítlauksrif
- 15 g (½ oz) gochugaru chilli duft
- 4 matskeiðar epla- eða eplaedik
- 1 msk gerjuð ansjósusósa
- 1 tsk sesamfræ
- ½ tsk malað engifer
- Salt

LEIÐBEININGAR:
a) Skerið hvítu radísuna í eldspýtustangir. Blandið radísunni saman við salti og sykur, látið standa í 10 mínútur og tæmdu síðan safann. Skerið vorlaukinn í 5 mm (¼ tommu) hluta og myljið hvítlaukinn.
b) Eftir 10 mínútna biðtíma skaltu sameina allt grænmetið í skálinni sem inniheldur tæmd hvíta radísuna. Bætið við gochugaru, ediki, ansjósu sósu, sesamfræjum og möluðu engifer. Blandið vel saman og látið standa í að lágmarki 30 mínútur svo radísan taki á sig bragðið af kryddinu.
c) Berið fram kælt, stillið kryddið með smá salti eftir þörfum.

23.Maukað Tofu/Kimchi plokkfiskur

HRÁEFNI:

- 300 g (10½ oz) beinlaus svínaöxl
- 280 g (10 oz) kínverska hvítkál Kimchi
- 2 hvítlauksrif
- ½ matskeið sykur
- ½ matskeið sesamolía
- 700 g (1 lb 9 oz) þétt tófú
- 2 matskeiðar hlutlaus jurtaolía
- 1 tsk gochugaru chilli duft (valfrjálst)
- 400 ml (1½ bolli) vatn
- 10 cm (4 tommur) blaðlaukur (hvítur hluti)
- 2 matskeiðar gerjuð ansjósusósa
- Salt

LEIÐBEININGAR:

a) Skerið svínakjötið í 1 cm (½ tommu) teninga. Settu kimchi í skál og notaðu skæri til að skera það í litla bita.
b) Myljið hvítlaukinn og bætið út í kimchi ásamt sykri og sesamolíu. Bætið svínakjöti út í og blandið vel saman með höndunum.
c) Myljið tófúið með kartöflustöppu og tryggið að engir stórir bitar séu eftir.
d) Hitið jurtaolíuna í potti. Þegar það er heitt skaltu bæta svínakjöti og kimchi blöndunni út í. Steikið í 8 mínútur, bætið gochugaru út í chilli duft fyrir sterkari útgáfu.
e) Bætið vatninu við. Látið suðuna koma upp og eldið í 10 mínútur. Skerið blaðlaukinn á meðan í þunnar strimla. Bætið muldu tófúinu í pottinn ásamt gerjaðri ansjósusósunni. Eldið í 5 mínútur. Athugaðu kryddið og stilltu með salti eftir þörfum. Bætið blaðlauknum út í og eldið í 5 mínútur. Berið fram heitt.

24.Heimagert Bibimbap / Bibimbap

HRÁEFNI:
- 1 matskeið hlutlaus
- grænmetisolía
- 1 egg
- 1 skál soðin hvít hrísgrjón, heit
- 1 handfylli steikt hvít radísa
- 1 handfylli sesamspínat
- 1 handfylli kryddað hvítt radish salat
- 1 handfylli sesam
- baunaspírur
- 1 handfylli steiktir sveppir
- 1 handfylli steiktur kúrbít
- Furuhnetur eða sesamfræ Sósa
- 20 g (¾ oz) gochujang chillimauk
- 1 matskeið sesamolía

LEIÐBEININGAR:
a) Húðaðu 9 cm (3½ tommu) steikarpönnu með jurtaolíu. Hitið olíuna yfir meðalhita. Brjótið eggið á pönnuna. Notaðu skeið til að hreyfa eggjarauðuna varlega þannig að hún haldist í miðjunni. Haltu eggjarauðunni svona þar til hún harðnar. Lækkið hitann í lágan og steikið þar til eggjahvítan er soðin.
b) Hellið skál af heitum hrísgrjónum í botninn á framreiðsluskálinni. Setjið eggið ofan á hrísgrjónahvolfið með eggjarauðunni fallega í miðjunni. Raðið steiktu radísunni, sesamspínatinu, krydduðu hvítu radísusalatinu, sesambaunaspírunum, hrærðu sveppunum og steiktu kúrbítnum utan um eggið. Sami litur innihaldsefni ættu ekki að snerta hvert annað. Stráið nokkrum furuhnetum eða sesamfræjum ofan á.
c) Blandið sósuhráefnunum saman og hellið beint í skálina. Fyrir minna kryddaða útgáfu, skiptu gochujang út fyrir sojasósu.
d) Til að borða bibimbap skaltu blanda öllu hráefninu með skeið, skera eggið í bita. hráefninu og sósan verður að vera jafnt dreift.

25.Kaldar Kimchi núðlur/ Bibim-Guksu

HRÁEFNI:

- 1 egg
- 120 g (4¼ oz) kínverska hvítkál Kimchi
- 1 tsk sykur
- 1 tsk sesamolía
- 5 cm (2 tommur) agúrka
- 200 g (7 oz) somyeon núðlur (somen)

SÓSA

- 60 g (2¼ oz) gochujang chillimauk
- 5 matskeiðar epla- eða eplaedik
- 3 matskeiðar sykur
- 3 matskeiðar sojasósa
- 2 tsk hvítlauksduft
- 2 tsk sesamolía
- 2 tsk sesamfræ
- 1 klípa pipar

LEIÐBEININGAR:

a) Setjið eggið í pott með köldu vatni og látið suðuna koma upp. Eldið í 9 mínútur, hressið síðan eggið undir köldu vatni og afhýðið. Þvoðu kimchi og kreistu það í hendurnar til að fjarlægja safann og skerðu það síðan í litla bita. Blandið því vel saman við sykur og sesamolíu. Skerið gúrkuna í eldspýtustangir.
b) Blandið öllu hráefninu í sósuna saman.
c) Hitið saltvatn að suðu í potti og hellið semyeon núðlunum út í. Þegar vatnið er að sjóða aftur skaltu bæta við 200 ml (mikill ¾ bolli) af köldu vatni. Endurtaktu þetta ferli í annað sinn.
d) Við þriðju suðuna skaltu tæma núðlurnar. Renndu þeim undir köldu vatni og notaðu höndina til að þeytast um til að fjarlægja eins mikla sterkju og mögulegt er.
e) Raðið núðlunum í miðjuna á skálunum. Hellið smá af sósunni í hverja skál og raðið svo kimchi og gúrku ofan á. Setjið harðsoðið egghelming í miðja hverja skál. Blandið öllu hráefninu saman þegar þú borðar.

26.Svínakjöt Bulgogi / Dwaeji-Bulgogi

HRÁEFNI:

- 700 g (1 lb 9 oz) svínaöxl
- 2 matskeiðar engifersíróp
- 1 matskeið sykur
- 1 gulrót
- kúrbít (courgette)
- 1 laukur
- 10 cm (4 tommur) blaðlaukur (hvítur hluti)
- 60 g (2¼ oz) kryddleg marinering
- 20 g (¾ oz) gochujang chillimauk
- 6 matskeiðar sojasósa
- 1 msk gerjuð ansjósusósa
- 2 matskeiðar hvítt áfengi (soju eða gin)

LEIÐBEININGAR:

a) Skerið svínakjötið þunnt. Marinerið svínasneiðarnar í engifersírópinu og sykri í 20 mínútur.
b) Skerið gulrótina í þrjá hluta, síðan hvern hluta í tvennt eftir endilöngu og síðast í ræmur eftir endilöngu. Skerið kúrbítinn í tvo hluta, síðan hvern hluta í tvennt eftir endilöngu og síðast í ræmur eftir endilöngu. Skerið laukinn í tvennt og síðan í 1 cm (½ tommu) breiðar sneiðar. Skerið blaðlaukinn í 1 cm (½ tommu) hluta á ská.
c) Blandið kjötinu saman við kryddmaringuna, gochujang, sojasósu, gerjaða ansjósusósu og áfengi. Hitið pönnu. Þegar það er heitt er kjötinu bætt út í og steikt í 20 mínútur við háan hita.
d) Bætið grænmetinu við. Hrærið í 10 mínútur. Þegar grænmetið hefur mýkst aðeins, berið fram heitt. Þú getur líka borðað þetta eins og ssambab , ef vill.

CHEONGGUKJANG (FRJÖGJAÐ SOJABAUN)

27. Cheonggukjang plokkfiskur (Cheonggukjang Jjigae)

HRÁEFNI:
- 1 bolli cheonggukjang
- 1/2 bolli tofu, í teningum
- 1/2 bolli kúrbít, sneið
- 1/2 bolli sveppir, sneiddir
- 1/4 bolli laukur, þunnt sneið
- 2 hvítlauksgeirar, saxaðir
- 1 grænn laukur, saxaður
- 1 matskeið sojasósa
- 1 tsk sesamolía
- 4 bollar vatn

LEIÐBEININGAR:
a) Í potti, láttu vatn sjóða.
b) Bætið cheonggukjang út í og lækkið hitann til að malla.
c) Bætið við tofu, kúrbít, sveppum, lauk og hvítlauk.
d) Eldið þar til grænmetið er mjúkt.
e) Kryddið með sojasósu og sesamolíu.
f) Skreytið með söxuðum grænum lauk.

28. Cheonggukjang Bibimbap

HRÁEFNI:
- 2 bollar soðin hrísgrjón
- 1 bolli cheonggukjang
- 1 bolli spínat, hvítt
- 1 bolli baunaspírur, hvítur
- 1 gulrót, söxuð og steikt
- 1 kúrbít, saxaður og steiktur
- 2 steikt egg
- Sesamolía, til að drekka
- Sojasósa, til framreiðslu

LEIÐBEININGAR:
a) Setjið hrísgrjón í skál.
b) Raðið cheonggukjang, spínati, baunaspírum, gulrótum og kúrbít ofan á.
c) Toppið með steiktu eggi.
d) Dreypið sesamolíu yfir og berið fram með sojasósu.

29. Cheonggukjang pönnukökur (Cheonggukjang Buchimgae)

HRÁEFNI:
- 1 bolli cheonggukjang
- 1/2 bolli alhliða hveiti
- 1/4 bolli vatn
- 1/2 laukur, þunnt sneið
- 1/2 gulrót, söxuð
- Jurtaolía til steikingar
- Sojadýfasósa

LEIÐBEININGAR:
a) Blandið saman cheonggukjang, hveiti og vatni í skál til að búa til deig.
b) Bætið sneiðum lauk og gulrótum út í deigið.
c) Hitið olíu á pönnu við meðalhita.
d) Setjið deig með skeið á pönnuna til að búa til pönnukökur.
e) Steikið þar til þær eru gullinbrúnar á báðum hliðum.
f) Berið fram með sojasósu.

30. Cheonggukjang núðlur (Cheonggukjang Bibim Guksu)

HRÁEFNI:
- 200 g bókhveiti núðlur, soðnar og kældar
- 1 bolli cheonggukjang
- 1 matskeið gochujang (kóreskt rauð piparmauk)
- 1 matskeið sesamolía
- 1 agúrka, söxuð
- 1 radísa, söxuð
- Sesamfræ til skrauts

LEIÐBEININGAR:
a) cheonggukjang, gochujang og sesamolíu í skál.
b) Bætið soðnum og kældum bókhveiti núðlum út í sósuna.
c) Kasta núðlum með gúrku og radish.
d) Skreytið með sesamfræjum áður en borið er fram.

31.Cheonggukjang og Kimchi Fried Rice

HRÁEFNI:
- 2 bollar soðin hrísgrjón
- 1 bolli cheonggukjang
- 1 bolli kimchi, saxað
- 1/2 bolli svínakjöt eða tófú, skorið í teninga
- 1/4 bolli grænn laukur, saxaður
- 2 hvítlauksgeirar, saxaðir
- 2 matskeiðar sojasósa
- 1 matskeið sesamolía
- 1 steikt egg (má sleppa)

LEIÐBEININGAR:
a) Hitið olíu á pönnu og steikið svínakjöt eða tófú þar til það er eldað.
b) Bætið við hakkaðri hvítlauk, cheonggukjang og kimchi. Hrærið vel saman.
c) Bætið soðnum hrísgrjónum út í og hrærið þar til þau eru heit.
d) Kryddið með sojasósu og sesamolíu.
e) Toppið með söxuðum grænum lauk og steiktu eggi ef vill.

32.Cheonggukjang og grænmetis hrærið

HRÁEFNI:
- 1 bolli cheonggukjang
- 2 bollar blandað grænmeti (pipar, spergilkál, gulrætur osfrv.)
- 1/2 bolli þétt tófú, í teningum
- 2 matskeiðar sojasósa
- 1 matskeið sesamolía
- 1 matskeið jurtaolía
- Sesamfræ til skrauts

LEIÐBEININGAR:
a) Hitið jurtaolíu í wok eða pönnu.
b) Bætið tofu út í og hrærið þar til gullið.
c) Bætið blönduðu grænmeti út í og eldið þar til það er aðeins meyrt.
d) Hrærið cheonggukjang , sojasósu og sesamolíu saman við.
e) Eldið þar til það hefur blandast vel saman og hitað í gegn.
f) Skreytið með sesamfræjum áður en borið er fram.

SSAMJANG (ídýfingarsósa)

33. Nautakjöt Bulgogi Ssambap (Bulgogi Ssambap)

HRÁEFNI:
- 700 g (1 lb 9 oz) ofurrif af nautakjöti, mjög þunnar sneiðar

GRILLJARÍN
- 1 matskeið sesamolía
- ½ laukur
- 3 pyogósveppir (shiitake) eða hnappasveppir
- ½ gulrót
- 10 cm (4 tommur) blaðlaukur (hvítur hluti)

SSAMBAP FYLLING
- ½ cos salat Soðin hvít hrísgrjón, heit
- Ssamjang sósa
- 1 endívía
- Hvítar radísur súrum gúrkum

LEIÐBEININGAR:
a) Skerið nautakjötið í þunnar sneiðar í hæfilega ræmur. Hellið grillmarineringunni og sesamolíu yfir kjötið og blandið saman til að hjúpa kjötið vel. Látið hvíla í kæliskáp í að minnsta kosti 12 klst.
b) Skerið laukinn og sveppina í strimla, gulrótina í eldspýtustangir og blaðlaukinn hvítan í 5 mm (¼ tommu) sneiðar á ská.
c) Hitið pönnu. Þegar það er orðið heitt skaltu setja kjötið og marineringuna á pönnuna og dreifa yfir allt yfirborðið. Bætið grænmetinu við. Hrærið reglulega í um það bil 10 mínútur þar til kjötið er alveg eldað.
d) Þvoið cos laufin og fyllið með hæfilegu magni af hrísgrjónum og smá ssamjang sósu. Þvoið andífsblöðin og fyllið með sneið af hvítum radish súrum gúrkum, hæfilegu magni af hrísgrjónum og smá ssamjang sósu. Borðaðu blöðin fyllt með kjötinu.
e) Kjötið má geyma hrátt í marineringunni í kæli í allt að 2 daga.

34.Kóreskt grillsvínakjöt (Samgyeopsal)

HRÁEFNI:
- 1 kg (2 lb 4 oz) ókryddað svínakjöt, sneið
- 8 hnappa sveppir
- 2 saesongyi sveppir (kóngasveppir)
- 1 laukur
- 300 g (10½ oz) kínversk kál Kimchi
- Ssamjang sósa
- Sjávarsalt og pipar

STEIKT HRÍSGRJÓN
- 2 skálar soðin hvít hrísgrjón
- 1 eggjarauða
- 200 g (7 oz) kínverska hvítkál Kimchi
- Smá gim þang (nori)
- 1 matskeið sesamolía

LEIÐBEININGAR:
a) Hitið steypujárnspönnu, steikarpönnu eða borðgrill. Þegar það er heitt skaltu setja svínakjötssneiðarnar á heita pönnuna eða grillið.
b) Stráið sjávarsalti og pipar yfir. Eftir 3 til 5 mínútur, þegar blóðið hækkar á sýnilegri hlið kjötsins, snúið við. Fyrsta hliðin á að vera brún . Bætið tilbúnu grænmetinu (sjá hér að neðan) utan um kjötið. Eldið í 3 til 5 mínútur; þegar blóðið kemur upp á yfirborðið, snúðu aftur. Eftir 3 mínútur, skera kjötið með skærum. Hver gestur getur síðan þjónað sjálfum sér .

GRÆNTÆMI
c) Hnappasveppir: Fjarlægðu stilkinn. Settu sveppabollann á hvolfi á grillið. Þegar bollinn fyllist af safa skaltu bæta við smá salti. Njóttu. Saesongyi sveppir: Skerið í 5 mm (¼ tommu) sneiðar ofan frá og niður. Steikið hvora hlið þar til hún er gullinbrún. Borða með ssamjang sósu.
d) Laukur: Skerið í 1 cm (½ tommu) þykka hringi. Steikið hvora hlið þar til hún er gullinbrún. Pakkaðu í a ssam eða einfaldlega dýfa í ssamjang sósu.
e) Kínverska hvítkál Kimchi: Það er borðað hrátt, en það er líka hægt að elda það á grillinu.

STEIKT HRÍSGRJÓN

f) Undir lok grillsins, þegar örfá hráefni eru eftir á grillinu, er hægt að enda máltíðina með því að búa til steikt hrísgrjón.

g) Til að gera þetta skaltu bæta við hráefninu fyrir steiktu hrísgrjónin og blanda þeim saman við þau sem þegar eru á grillinu.

h) Þú getur líka bætt smá blaðlaukssalati við og steikt saman við hrísgrjónin ef þú vilt.

35. Ssamjang svínakjötsvefur (Samgyeopsal Ssam)

HRÁEFNI:
- 1 pund svínakjötssneiðar
- Ssamjang
- Salatblöð
- Hvítlauksrif, söxuð
- Grænn laukur í sneiðar
- sesam olía
- Gufusoðin hrísgrjón

LEIÐBEININGAR:
a) Grillið svínakjötssneiðar þar til þær eru eldaðar.
b) Settu salatblað á lófa þínum.
c) Bætið við skeið af gufusoðnum hrísgrjónum og bita af grilluðum svínakjöti.
d) Dreifið ssamjang yfir svínakjötið.
e) Bætið við hakkaðri hvítlauk, sneiðum grænum lauk og ögn af sesamolíu.
f) Pakkið inn og njótið!

36.Ssamjang Tofu salat umbúðir

HRÁEFNI:
- Þétt tófú, skorið í ferhyrninga
- Ssamjang
- Salatblöð
- Rífnar gulrætur
- Agúrka, söxuð
- sesamfræ

LEIÐBEININGAR:
a) Pönnsteikið tofu þar til það er gullbrúnt.
b) Setjið tófú sneið á salatblað.
c) Dreifið ssamjang á tófúið.
d) Bætið við rifnum gulrótum og sléttri gúrku.
e) Stráið sesamfræjum ofan á.
f) Brjótið saman og festið með tannstöngli.

37.Ssamjang nautakjöt hrísgrjónaskálar

HRÁEFNI:
- 1 pund þunnt sneið nautakjöt (ribeye eða sirloin)
- Ssamjang
- Soðin hvít hrísgrjón
- Kimchi
- Sneiddar radísur
- sesamfræ

LEIÐBEININGAR:
a) Hrærið nautakjöt í sneiðum þar til það er eldað.
b) Blandið ssamjang út í soðnu hrísgrjónin.
c) Berið nautakjötið fram yfir ssamjang hrísgrjónunum.
d) Bætið við hlið af kimchi og sneiðum radísum.
e) Stráið sesamfræjum yfir áður en borið er fram.

38. Ssamjang grænmetisdiskur

HRÁEFNI:
- Ssamjang
- Fjölbreytt ferskt grænmeti (agúrka, papriku, gulrætur)
- Gufusoðnar sætar kartöflusneiðar
- Kóresk perilla lauf (kkaennip)
- Sesamolía til að dýfa í

LEIÐBEININGAR:
a) Skerið grænmetið í þunnar ræmur.
b) Raðið grænmetinu og sætu kartöflusneiðunum á fat.
c) Settu ssamjangskál í miðjuna.
d) Dreypið sesamolíu yfir ssamjangið.
e) Dýfðu grænmeti í ssamjang áður en það er borðað.

CHUNJANG (SVARTA BAUNASÓSA)

39.Tteokbokki Með Black Bean Paste/ Jjajang-Tteokbokki

HRÁEFNI:
- 300 g (10½ oz) tteokbokki tteok
- 150 ml (mikill ½ bolli) vatn
- 3 matskeiðar sykur
- 150 g (5½ oz) hvítkál
- gulrót
- ½ rauðlaukur
- 1 vorlaukur (laukur)
- 2 cm (¾ tommu) blaðlaukur (hvítur hluti)
- 150 g (5½ oz) svínakjöt
- 150 g (5½ oz) fiskmauk
- 2 matskeiðar hlutlaus jurtaolía
- 50 g (1¾ oz) ósteikt chunjang svart baunamauk
- 1 matskeið sojasósa
- 1 msk engifersíróp

LEIÐBEININGAR:
a) Standa tteokbokki Hellið í vatnið með sykrinum í 20 mínútur.
b) Skerið hvítkálið í 5 cm (2 tommu) langar og 1 cm (½ tommu) breiðar ræmur. Skerið gulrótina í eldspýtustangir og laukinn í þunnar strimla. Skerið vorlauksperuna í strimla og stilkinn á ská í 3 cm (1¼ tommu) langa hluta og saxið blaðlaukinn.
c) Skerið svínakjötið í litla teninga. Skerið fiskmaukið á ská í 1 cm (½ tommu) þykka hluta.
d) Hitið olíuna og chunjang maukið á pönnu við háan hita. Þegar það byrjar að sjóða skaltu hræra stöðugt í 5 mínútur. Hellið steiktum chunjang í fínt möskva sigti yfir skál. Látið renna af í nokkrar mínútur til að endurheimta olíuna. Hellið olíunni á pönnu og bætið blaðlauknum út í. Hitið við vægan hita.
e) Þegar blaðlaukur er orðinn arómatískur er svínakjötsteningunum, sojasósunni og engifersírópinu bætt út í. Hrærið í 3 mínútur við háan hita. Bætið restinni af grænmetinu út í (nema vorlauksstilkinn), fiskmauki og chunjang . Hrærið á meðan eldað er í 5 mínútur.
f) Bætið tteokbokki út í tteok og leggja vatn í bleyti á pönnu.
g) Látið malla í 10 til 15 mínútur við meðalhita. Fimm mínútum fyrir lok eldunar, bætið vorlaukstilknum við. Berið fram heitt.

40.Jajangmyeon (Black Bean núðlur)

HRÁEFNI:
- 200 g Chunjang
- 200 g svínakjöt, skorið í teninga
- 2 bollar laukur, smátt saxaður
- 1 bolli kúrbít, skorinn í teninga
- 1 bolli kartöflur, sneiddar
- 1 bolli gulrætur, skornar í teninga
- 4 bollar soðnar núðlur (helst hveitinúðlur)

LEIÐBEININGAR:
a) Hitið Chunjang í wok eða stórri pönnu.
b) Bætið við hægelduðum svínakjöti og eldið þar til það er brúnt.
c) Bætið við lauk, kúrbít, kartöflum og gulrótum. Hrærið þar til grænmetið er meyrt.
d) Hellið bolla af vatni út í og látið malla þar til sósan þykknar.
e) Berið sósuna fram yfir soðnum núðlum.

41.Jajangbap (Black Bean Rice Bowl)

HRÁEFNI:
- 200 g Chunjang
- 200 g nautahakk
- 1 bolli laukur, sneiddur
- 1 bolli grænar baunir
- 1 bolli soðin hrísgrjón

LEIÐBEININGAR:
a) Hitið Chunjang á pönnu.
b) Bætið nautahakkinu út í og eldið þar til það er brúnt.
c) Bætið við lauk og grænum baunum, hrærið þar til grænmetið er meyrt.
d) Hellið bolla af vatni út í og látið malla þar til sósan þykknar.
e) Berið sósuna fram yfir skál af soðnum hrísgrjónum.

42. Jajang Tteokbokki (Black Bean Rice kaka)

HRÁEFNI:
- 200 g Chunjang
- 1 bolli hrísgrjónakökur
- 1 bolli fiskibollur, sneiddar
- 1 bolli hvítkál, rifið niður
- 2 bollar vatn

LEIÐBEININGAR:
a) Hitið Chunjang á pönnu.
b) Bætið við hrísgrjónakökum, fiskibollum og káli.
c) Hellið vatni út í og látið malla þar til sósan þykknar og hrísgrjónakökur eru mjúkar.
d) Berið fram heitt.

43. Jajang Mandu (Black Bean Dumplings)

HRÁEFNI:
- 200 g Chunjang
- 1 bolli svínakjöt
- 1 bolli tofu, mulið
- 1 bolli laukur, smátt saxaður
- Dumpling umbúðir

LEIÐBEININGAR:
a) Blandið Chunjang , svínakjöti, tofu og lauk saman í skál.
b) Setjið skeið af blöndunni á dumpling umbúðir.
c) Brjótið saman og innsiglið dumplings.
d) Gufu- eða pönnusteikið bollurnar þar til þær eru soðnar.
e) Berið fram með dýfingarsósu úr Chunjang í bland við sojasósu.

YANGNYEOM JANG (KRYDD SOJA SÓSA)

44. Kryddleg Marinade / Maeun Yangnyeomjang

HRÁEFNI:
- 2 laukar
- 2 höfuð hvítlaukur
- 260 g (9¼ oz) gochugaru chilli duft
- 200 ml (mikill ¾ bolli) gerjuð ansjósusósa
- 200 ml (mikill ¾ bolli) engifersíróp

LEIÐBEININGAR:
a) Afhýðið laukinn og vinnið í lítilli matvinnsluvél. Afhýðið hvítlauksrif og myljið.
b) Blandið hvítlauknum og lauknum saman við gochugaru , gerjaðri ansjósusósu og engifersírópi. Samkvæmið ætti að vera frekar þykkt. Ef marineringin er of fljótandi skaltu bæta við meira gochugaru . Hellið sósunni í forsótthreinsaða krukku eða flösku.
c) Þessi sósa geymist í um 6 mánuði í kæli.
d) ÁBENDING Ef þú þarft að bleyta laukinn til að vinna hann rétt skaltu nota ansjósusósu í staðinn fyrir vatn.

45. Grillmarinade / Bulgogi Yangnyeom

HRÁEFNI:
- 1 laukur
- 5 g (⅛ oz) ferskt engifer
- ½ pera
- 6 hvítlauksrif
- 100 ml (lítill ½ bolli) sojasósa
- 50 ml (lítill ¼ bolli) hvítt áfengi (soju eða gin)
- 2 matskeiðar hunang
- 35 g (1¼ oz) sykur
- 1 tsk pipar

LEIÐBEININGAR:
a) Afhýðið laukinn og engiferið. Afhýðið og fjarlægið kjarnann úr perunni. Afhýðið hvítlauksrifurnar. Vinnið allt saman í lítilli matvinnsluvél.
b) Blandið unnin hráefni saman við sojasósu, áfengi, hunang, sykur og pipar.
c) Þessa sósu má geyma í 1 viku í kæli. Hins vegar er best að marinera kjötið rétt eftir að sósan er búin til . Marinerað kjöt má geyma í 2 daga.

46.Yangnyeom Jang kjúklingavængir

HRÁEFNI:

- 2 pund kjúklingavængir
- 1/4 bolli Yangnyeom Jang
- 2 matskeiðar sojasósa
- 1 matskeið hunang
- 1 matskeið sesamolía
- 2 hvítlauksgeirar, saxaðir
- Sesamfræ og grænn laukur til skrauts

LEIÐBEININGAR:

a) Yangnyeom Jang, sojasósu, hunangi, sesamolíu og söxuðum hvítlauk í skál.

b) Klæddu kjúklingavængina með marineringunni og láttu þá marinerast í að minnsta kosti 30 mínútur.

c) Forhitið ofninn í 400°F (200°C). Bakið vængina þar til þeir eru gullnir og eldaðir í gegn.

d) Skreytið með sesamfræjum og söxuðum grænum lauk áður en borið er fram.

47.Yangnyeom Jang Gljáður Tofu Hrærið

HRÁEFNI:
- 1 kubba þétt tófú, í teningum
- 1/4 bolli Yangnyeom Jang
- 2 matskeiðar sojasósa
- 1 matskeið sesamolía
- 1 matskeið jurtaolía
- Blandað grænmeti (pipar, spergilkál, gulrætur)
- Soðin hrísgrjón til framreiðslu

LEIÐBEININGAR:
a) Blandið Yangnyeom Jang, sojasósu og sesamolíu saman í skál.
b) Kasta tófú í teningum í sósuna og látið marinerast í 15 mínútur.
c) Hitið jurtaolíu á pönnu, hrærið tofu þar til það er gullið.
d) Bætið við blönduðu grænmeti og haltu áfram að hræra þar til það er meyrt. Berið fram yfir soðnum hrísgrjónum.

48.Yangnyeom Jang gljáðum grilluðum rækjuspjótum

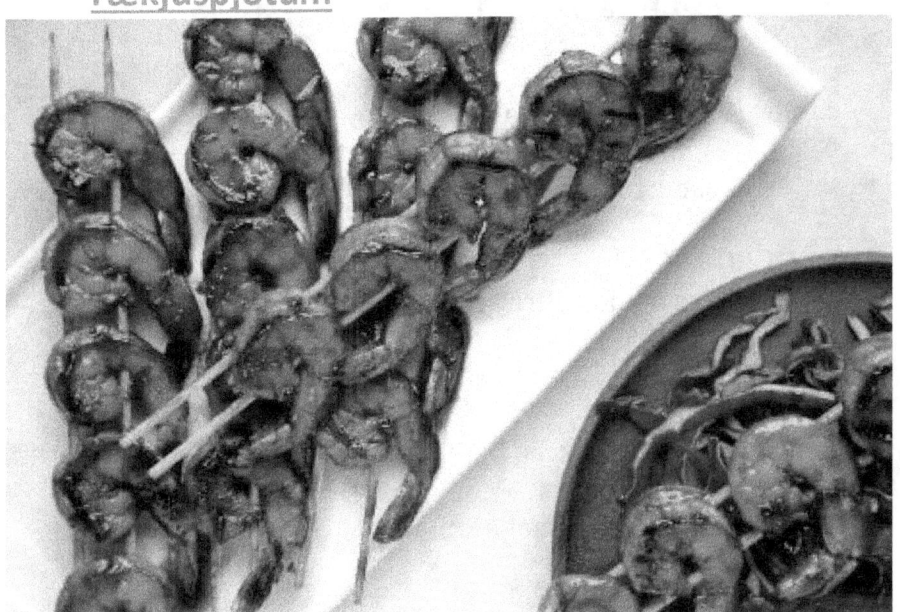

HRÁEFNI:

- 1 pund stór rækja, afhýdd og afveguð
- 1/4 bolli Yangnyeom Jang
- 2 matskeiðar hrísgrjónaedik
- 1 matskeið sojasósa
- 1 matskeið sesamolía
- Viðarspjót, liggja í bleyti í vatni
- Limebátar til framreiðslu

LEIÐBEININGAR:

a) Yangnyeom Jang, hrísgrjónaediki, sojasósu og sesamolíu í skál.
b) Þræðið rækjur á teini og pensliö með Yangnyeom Jang blöndunni.
c) Grillið rækjuspjótina þar til þær eru eldaðar í gegn og örlítið karamellískar.
d) Berið fram með limebátum til að kreista.

49.Yangnyeom Jang dýfingarsósa fyrir dumplings

HRÁEFNI:
- 1/4 bolli Yangnyeom Jang
- 1 matskeið hrísgrjónaedik
- 1 tsk sesamolía
- 1 tsk sykur
- 1 grænn laukur, smátt saxaður

LEIÐBEININGAR:
a) Blandið Yangnyeom Jang, hrísgrjónaediki, sesamolíu, sykri og söxuðum grænum lauk saman í skál.
b) Hrærið þar til það hefur blandast vel saman.
c) Notaðu sem dýfingarsósu fyrir uppáhalds dumplings þínar.

50.Yangnyeom Jang Nautakjöt Hrærið

HRÁEFNI:
- 1 pund nautalund, þunnt sneið
- 1/4 bolli Yangnyeom Jang
- 2 matskeiðar sojasósa
- 1 matskeið sesamolía
- 1 matskeið jurtaolía
- 1 rauð paprika, þunnar sneiðar
- 1 laukur, þunnt sneið
- Soðin hrísgrjón til framreiðslu

LEIÐBEININGAR:
a) Yangnyeom Jang, sojasósu og sesamolíu í skál.
b) Marinerið sneið nautakjötið í blöndunni í 15-20 mínútur.
c) Hitið jurtaolíu á pönnu, hrærið nautakjöt þar til það er brúnt.
d) Bætið niðursneiddri papriku og lauk út í, hrærið þar til grænmetið er meyrt. Berið fram yfir soðnum hrísgrjónum.

51.Yangnyeom Jang laxspjót

HRÁEFNI:
- 1 pund laxaflök, skorin í bita
- 1/4 bolli Yangnyeom Jang
- 2 matskeiðar hrísgrjónaedik
- 1 matskeið sojasósa
- 1 matskeið hunang
- Viðarspjót, liggja í bleyti í vatni
- Sesamfræ til skrauts

LEIÐBEININGAR:
a) Yangnyeom Jang, hrísgrjónaediki, sojasósu og hunangi í skál.
b) Þræðið laxabita á teini og penslið með Yangnyeom Jang blöndunni.
c) Grillið laxspjótina þar til þeir eru eldaðir í gegn, penslið með meiri sósu eftir þörfum.
d) Skreytið með sesamfræjum áður en borið er fram.

52.Yangnyeom Jang núðlur

HRÁEFNI:

- 8 oz núðlur (ramen eða soba)
- 1/4 bolli Yangnyeom Jang
- 2 matskeiðar sojasósa
- 1 matskeið sesamolía
- 1 agúrka, söxuð
- 1 gulrót, söxuð
- Sesamfræ og grænn laukur til skrauts

LEIÐBEININGAR:

a) Eldið núðlur samkvæmt leiðbeiningum á pakka, skolið síðan undir köldu vatni og skolið af.
b) Yangnyeom Jang, sojasósu og sesamolíu í skál.
c) Kasta soðnu núðlunum með sósunni, gúrkunni og gulrótinni.
d) Skreytið með sesamfræjum og grænum lauk áður en það er borið fram.

53.Yangnyeom Jang Tofu teini

HRÁEFNI:
- 1 kubba þétt tófú, skorið í teninga
- 1/4 bolli Yangnyeom Jang
- 2 matskeiðar sojasósa
- 1 matskeið sesamolía
- Viðarspjót, liggja í bleyti í vatni
- Sesamfræ til skrauts

LEIÐBEININGAR:
a) Blandið Yangnyeom Jang, sojasósu og sesamolíu saman í skál.
b) Þræðið tofu teninga á teninga og penslið með Yangnyeom Jang blöndunni.
c) Grillið eða bakið tófúspjótin þar til þau eru gullin.
d) Stráið sesamfræjum yfir áður en borið er fram.

MAESIL JANG (PLÓMUSÓSA)

54. Maesil Jang gljáðir kjúklingavængir

HRÁEFNI:

- 1 kg kjúklingavængir
- 1/2 bolli maesil jang
- 1/4 bolli sojasósa
- 2 matskeiðar hunang
- 2 hvítlauksgeirar, saxaðir
- 1 tsk engifer, rifinn
- Sesamfræ og grænn laukur til skrauts

LEIÐBEININGAR:

a) Blandið maesil saman jang , sojasósa, hunang, hvítlauk og engifer í skál til að búa til gljáa.
b) Skerið kjúklingavængina með gljáa og látið marinerast í að minnsta kosti 30 mínútur.
c) Forhitið ofninn í 200°C (400°F).
d) Bakið vængina í ofni í 40-45 mínútur eða þar til þær eru stökkar og í gegn.
e) Skreytið með sesamfræjum og söxuðum grænum lauk áður en borið er fram.

55.Maesil Jang salatdressing

HRÁEFNI:
- 1/4 bolli maesil jang
- 2 matskeiðar ólífuolía
- 1 matskeið hrísgrjónaedik
- 1 tsk sojasósa
- Salt og pipar eftir smekk

LEIÐBEININGAR:
a) Þeytið saman maesil jang, ólífuolía, hrísgrjónaedik, sojasósa, salt og pipar.
b) Dreypið dressingunni yfir uppáhalds salatið rétt áður en það er borið fram.

56.Maesil Jang gljáður lax

HRÁEFNI:
- 4 laxaflök
- 1/3 bolli maesil jang
- 2 matskeiðar sojasósa
- 1 matskeið sesamolía
- 1 matskeið saxaður hvítlaukur
- 1 msk sesamfræ til skrauts

LEIÐBEININGAR:
a) maesil saman í skál jang , sojasósa, sesamolía og hakkað hvítlauk til að búa til gljáa.
b) Penslið laxaflökin með gljáanum.
c) Grillið eða bakið laxinn þar til hann er eldaður að vild.
d) Skreytið með sesamfræjum áður en borið er fram.

57. Maesil Jang íste

HRÁEFNI:
- 2 matskeiðar maesil jang
- 2 bollar vatn
- 1-2 matskeiðar hunang (má sleppa)
- Ísmolar
- Sítrónusneiðar til skrauts

LEIÐBEININGAR:
a) Leysið upp maesil jagg í vatni. Bæta við hunangi ef þú vilt sætara bragð.
b) Kældu blönduna í kæli.
c) Hellið maesilinu jang te yfir ísmola.
d) Skreytið með sítrónusneiðum og njótið hressandi ístes.

58.Maesil Jang Hrært Grænmeti

HRÁEFNI:
- Ýmislegt grænmeti (spergilkál, papriku, gulrætur, baunir)
- 1/4 bolli Maesil Jang
- 2 matskeiðar sojasósa
- 1 matskeið jurtaolía
- Sesamfræ til skrauts

LEIÐBEININGAR:
a) Hrærið grænmetið í jurtaolíu þar til það er stökkt.
b) Maesil Jang og sojasósu í lítilli skál.
c) Hellið Maesil Jang blöndunni yfir grænmetið og blandið til húðunar.
d) Skreytið með sesamfræjum áður en borið er fram.

59.Maesil Jang gljáð svínakjöt hrært

HRÁEFNI:

- 1 pund svínalundir, þunnar sneiðar
- 1/4 bolli Maesil Jang
- 2 matskeiðar sojasósa
- 1 matskeið maíssterkju
- 1 matskeið jurtaolía
- Blandað grænmeti (pipar, spergilkál, gulrætur)
- Soðin hrísgrjón til framreiðslu

LEIÐBEININGAR:

a) Maesil Jang, sojasósu og maíssterkju í skál.
b) Hitið jurtaolíu á pönnu, hrærið svínakjöt þar til það er brúnt.
c) Bætið við blönduðu grænmeti og haltu áfram að hræra þar til það er meyrt.
d) Hellið Maesil Jang blöndunni yfir svínakjötið og grænmetið. Hrærið þar til allt er húðað og hitað í gegn. Berið fram yfir soðnum hrísgrjónum.

60.Maesil Jang BBQ rif

HRÁEFNI:
- 2 lbs svínarif
- 1/2 bolli Maesil Jang
- 2 matskeiðar sojasósa
- 1 matskeið rifinn engifer
- 2 hvítlauksgeirar, saxaðir
- 1 matskeið sesamolía

LEIÐBEININGAR:
a) Maesil Jang, sojasósu, rifnum engifer, hvítlauk og sesamolíu í skál.
b) Marinerið rifin í blöndunni í að minnsta kosti 2 klst.
c) Grillið eða bakið rifin þar til þau eru fullelduð og karamelluð.
d) Penslið með auka Maesil Jang gljáa áður en það er borið fram.

61. Maesil Jang og Ginger Infused Heitt Te

HRÁEFNI:

- 4 bollar vatn
- 3 sneiðar ferskt engifer
- 2 matskeiðar Maesil Jang
- Hunang eftir smekk

LEIÐBEININGAR:

a) Látið suðuna koma upp í potti með vatni og engifersneiðum.
b) Lækkið hitann og látið malla í 5 mínútur. Fjarlægðu engifer sneiðar.
c) Hrærið Maesil Jang og hunangi saman við þar til það er uppleyst.
d) Hellið í bolla og njótið sem róandi heitt te.

MATGANJANG (KRYDD SOJA SÓSA)

62. Rækju- og ananassteikt hrísgrjón/Hawaiian Bokkeumbap

HRÁEFNI:
- ½ vorlaukur (skarlaukur) stilkur (engin pera)
- ¼ agúrka
- 1 laukur
- 1 gulrót
- ½ ananas
- 3 egg
- ½ tsk salt
- 1 klípa pipar
- 1 tsk hvítlauksduft
- 40 g (1½ oz) smjör ásamt hnúð
- 2 matskeiðar mottu ganjang sósa
- 200 g (7 oz) afhýddar rækjur
- 350 g (12 oz) soðin hvít hrísgrjón, köld
- Tómatsósa

LEIÐBEININGAR:
a) Saxið vorlauksstilkann. Skerið agúrkuna, laukinn og gulrótina í 5 mm (¼ tommu) teninga. Skerið ananas holdið í 1 cm (½ tommu) teninga.
b) Þeytið eggin og kryddið með salti, pipar og hvítlauksdufti.
c) Hitið smjörið við háan hita á pönnu. Bætið vorlauknum og lauknum út í og hrærið þar til laukurinn fer að verða hálfgagnsær. Bætið við gulrótinni, gúrkunni og matganjang ; eldið þar til gulrótin er mjúk. Bætið við ananas og afhýddum rækjum og hrærið síðan í 3 mínútur.
d) Bætið soðnum hvítum hrísgrjónum á pönnuna. Blandið jafnt saman. Smakkið kryddið til og stillið af með salti eftir þörfum. Ýttu öllum steiktu hrísgrjónunum á aðra hliðina á pönnunni. Setjið smjörhnúð í tóma botninn á pönnunni. Bætið þeyttum eggjum út í og hrærið þar til þau eru hálfelduð – þau ættu að haldast svolítið froðukennd. Blandið í gegnum hrísgrjónin.
e) Berið fram í útholuðum ananashelmingi eða í stökum skömmtum með nokkrum línum af tómatsósu dreift ofan á. Berið fram með sojasósu súrum gúrkum, hvítum radish súrum gúrkum eða marineruðum gulum radish til hliðar, ef vill.

63.Kóreskur nautakjöt Tartare/ Yukhoe

HRÁEFNI:

- 2 hvítlauksrif
- 1,5 cm (⅝ tommu) blaðlaukur (hvítur hluti)
- ½ kóresk pera (eða ½ græn pera)
- 300 g (10½ oz) extra-ferskt nautaflök eða hrygg
- 2 matskeiðar matganjang sósa
- 1 matskeið sesamolía
- 1 matskeið sykur
- ½ matskeið sesamfræ (eða furuhnetur), auk auka til að strá yfir
- 50 g (1¾ oz) raketta (ruccola)
- 1 eggjarauða
- Salt og pipar

LEIÐBEININGAR:

a) Myljið hvítlaukinn. Saxið blaðlaukinn. Afhýðið peruna og skerið í 5 mm (¼ tommu) þykka eldspýtustangir. Klappaðu kjötið með pappírsþurrku til að fjarlægja umfram blóð. Skerið nautakjötið í stangir af sömu þykkt.

b) Blandið kjötinu saman við hvítlauk, blaðlauk, mat ganjang , sesamolíu, sykur, sesamfræ eða furuhnetur, salti og pipar með prjóna eða gaffla. Forðist að blanda í höndunum til að breyta ekki lit kjötsins vegna líkamshita.

c) Raðið rakettublöðunum á disk. Setjið peru eldspýtustangirnar ofan á. Þrýstið kjötinu í skál og hellið því svo ofan á peruna. Þrýstið létt á miðju kjötsins til að mynda inndrátt og rennið eggjarauðunum varlega inn í. Stráið auka sesamfræjunum eða furuhnetunum yfir.

d) Borðaðu með því að stinga í eggjarauðuna og nota hana sem sósu til að dýfa kjötbitum í .

64. Hrærðir sveppir / Beoseot-Bokkeum

HRÁEFNI:
- 5 saesongyi sveppir (kóngasveppir)
- 2 cm (¾ tommu) blaðlaukur (hvíti hluti)
- 2 matskeiðar hlutlaus jurtaolía
- ½ matskeið sykur
- 1 matskeið sojasósa
- 1 msk ostrusósa
- 1 matskeið hunang
- 1 góð klípa pipar
- ½ matskeið svört sesamfræ

LEIÐBEININGAR:
a) Skerið sveppina í tvennt endilangt, síðan í langar 5 mm (¼ tommu) þykkar ræmur. Saxið blaðlaukinn.
b) Smyrjið pönnu með jurtaolíu og hrærið blaðlaukinn við háan hita þar til hann er ilmandi. Bætið sveppunum á pönnuna og hrærið.
c) Þegar safinn af sveppunum er farinn að koma út er holu gert á miðri pönnunni og sykri, soja og ostrusósu hellt út í. Látið hitna í 15 sekúndur, blandið síðan vel saman við sveppunum. Hrærið í 2 mínútur til viðbótar.
d) Slökkvið á hitanum en látið pönnuna vera á helluborði eða helluborði. Kryddið með hunangi og pipar og blandið síðan saman. Berið fram stráð með sesamfræjum. Njóttu heitt eða kalt.

65.Sætar og súrar Lotus rætur/ Yeongeun-Jorim

HRÁEFNI:
- 500 ml (2 bollar) vatn
- 1 ferningur (10 cm/4 tommur) dasima þang (kombu)
- 500 g (1 lb 2 oz) lótusrætur
- 1 matskeið hvítt edik
- 4 matskeiðar sykur
- 2 matskeiðar hlutlaus jurtaolía
- 100 ml (lítill ½ bolli) sojasósa
- 2 matskeiðar hvítvín
- 1 matskeið hunang
- ½ matskeið sesamfræ

LEIÐBEININGAR:
a) Hellið 500 ml (2 bollum) vatni í pott og bætið dasima þanginu út í. Látið suðuna koma upp og eldið í 20 mínútur við meðalhita. Fargið þanginu og geymið soðið.
b) Afhýðið lótusræturnar og skerið þær í 1 cm (½ tommu) þykkar sneiðar. Setjið þær í pott og hyljið með köldu vatni. Bætið ediki út í. Látið suðuna koma upp við háan hita og eldið í 10 mínútur. Tæmið og skolið lótusræturnar undir köldu vatni. Fargið eldunarvatninu.
c) Blandið lótusrótum og sykri saman í skál. Látið standa við stofuhita þar til sykurinn hefur leyst upp.
d) Hitið pönnu sem er húðuð með jurtaolíu. Þegar olían er örlítið heit skaltu hella lótusrótunum út í með sætum vökvanum þeirra. Hellið sojasósu, hvítvíni og þangsoði ofan á. Látið malla við meðalhita þar til enginn vökvi er eftir, um það bil 20 til 30 mínútur. Slökkvið á hitanum og bætið hunanginu og sesamfræjunum út í.
e) Þetta meðlæti má njóta heitt eða kalt og geymist í allt að 5 daga í kæli.

66. Krydduð nautakjöt og grænmetissúpa/ Yukgaejang

HRÁEFNI:

- 500 g (1 lb 2 oz) hangersteik (onglet)
- 1,5 lítrar (6 bollar) vatn
- 50 ml (lítill ¼ bolli) hvítt áfengi (soju eða gin)
- 3 hvítlauksrif
- 2 græn blaðlauf
- 100 g (3½ oz) kryddleg marinering
- 3 matskeiðar matganjang sósa
- 200 g (7 oz) baunaspírur
- 5 pyogo sveppir (shiitake) eða ostrusveppir
- 25 cm (10 tommur) blaðlaukur (hvítur hluti)
- 1 matskeið sesamolía
- 1 matskeið hlutlaus jurtaolía
- 3 matskeiðar sojasósa
- ½ tsk pipar Salt

LEIÐBEININGAR:
a) Skerið kjötið í um það bil 15 cm (6 tommu) breiða bita. Leggið kjötið í bleyti í köldu vatni í 1½ klukkustund til að draga blóðið út, skiptið um vatnið á 30 mínútna fresti og tæmið síðan. Hitið 1,5 lítra (6 bolla) vatnið að suðu. Bætið kjötinu, áfenginu, afhýddu hvítlauksgeirunum og grænum blaðlaufblöðum út í. Eldið við meðalhita í 40 mínútur án þess að hylja eftir að suðu hefur byrjað aftur.
b) Notaðu skeið til að fjarlægja froðuna af yfirborði seyðisins. Skiljið soðið frá kjötinu, fargið hvítlauknum og grænu blaðlaufunum en geymið soðið. Þegar kjötið er orðið nógu kalt skaltu rífa það niður með höndunum.
c) Blandið því saman við kryddmarineringu og mat ganjang. Látið standa.
d) Þvoið baunaspírurnar á meðan. Skerið sveppina í 1,5 cm (⅝ tommu) sneiðar. Skerið blaðlaukinn hvítan í fimm hluta af 5 cm (2 tommu) hvorum, síðan hvern hluta í tvennt á lengdina og hvern hálfan hluta í fjóra á lengdina (1 cm/½ tommur breidd er tilvalin).
e) Hitið sesamolíuna og jurtaolíuna í potti. Þegar það hitnar er kjötinu bætt út í og steikt í 3 mínútur. Bætið blaðlaukshvítunni og sojasósunni út í og blandið vel saman, bætið síðan við um 1 lítra (4 bollar) af soðinu sem er frátekið.
f) Eldið við háan hita í 10 mínútur eftir að suðu hefur byrjað aftur.
g) Bætið sveppunum og baunaspírunum út í og sjóðið í 10 mínútur til viðbótar. Kryddið með salti og pipar.

67. Hrærð hvít radísa/Mu- Namul

HRÁEFNI:
- 450 g (1 lb) hvít radísa (daikon)
- 2 cm (¾ tommu) blaðlaukur (hvíti hluti)
- 2 hvítlauksrif
- 3 matskeiðar sesamolía
- 1 msk matganjang sósa
- 1 tsk salt
- 1 tsk sykur
- 1 matskeið sesamfræ

LEIÐBEININGAR:
a) Afhýðið hvítu radísuna og skerið í 5 mm (¼ tommu) þykka eldspýtustangir.
b) Saxið blaðlaukinn hvítan og myljið hvítlaukinn.
c) Smyrjið pönnu með sesamolíu og hrærið blaðlauk og hvítlauk við háan hita þar til ilmandi. Bætið radísunni á pönnuna. Búið til holu í miðju radísustanganna og hellið mottunni ganjang út í. Látið hitna í 15 sekúndur og blandið síðan vel saman við radísuna. Eftir 4 mínútur, hrærið salti og sykri út í og lækkið hitann í miðlungs. Hrærið í um það bil 15 mínútur. Ef radísan byrjar að brenna skaltu bæta við smá vatni.
d) Eldað er þegar radísan er hálfgagnsær og mjúk. Kryddið með salti eftir smekk. Berið fram stráð með sesamfræjum. Njóttu heitt eða kalt.

68. Hrærðar grænar baunir/grænar baunir Bokkeum

HRÁEFNI:
- 500 g (1 lb 2 oz) þunnar grænar baunir
- 10 hvítlauksrif
- 100 g (3½ oz) reykt beikon
- 2 matskeiðar sesamfræ
- 3 matskeiðar ólífuolía
- 2 matskeiðar matganjang sósa
- 1 tsk salt

LEIÐBEININGAR:
a) Toppið og skottið og þvoið grænu baunirnar. Látið suðuna koma upp í potti og hellið baununum út í. Eldið í 2 mínútur eftir að suðan er komin upp. Tæmið baunirnar strax og hressið þær undir köldu vatni. Afhýðið hvítlauksrifurnar, skerið í tvennt og fjarlægið sýkillinn ef vill. Skerið beikonið í 1 cm (½ tommu) breiða bita. Myljið sesamfræin vel.
b) Smyrjið botninn á pönnu með ólífuolíu og hrærið hvítlaukinn við háan hita þar til hann er gullinn. Bætið beikoninu á pönnuna og hrærið. Þegar beikonið er soðið, bætið við baununum og mat ganjang . Hrærið í 5 mínútur. Bætið muldum sesamfræjunum út í og kryddið með salti. Hrærið í 2 mínútur til viðbótar. Njóttu heitt eða kalt.

69.Tofu salat/ Dubu -salat

HRÁEFNI:
- 300 g (10½ oz) þétt tófú
- 3 matskeiðar hlutlaus jurtaolía
- ½ gul paprika (pipar)
- 20 kirsuberjatómatar
- ¼ rauð eikarlaufsalat
- 300 g (10½ oz) lambasalat
- Svart sesamfræ
- Salt

SÓSA
- ½ sítróna
- 4 matskeiðar matganjang sósa
- 2 matskeiðar ólífuolía
- ½ tsk pipar
- ½ skallottur

LEIÐBEININGAR:
a) Skerið tófúblokkinn í 1,5 cm (⅝ tommu) teninga. Hitið pönnu sem er húðuð með jurtaolíu og setjið tofu teningana á pönnuna. Steikið við meðalhita þar til allar hliðar eru orðnar gylltar, notaðu spaða og skeið til að snúa teningunum við svo að þeir brotni ekki. Kryddið hvora hlið með salti á meðan á eldun stendur. Eftir matreiðslu, láttu tófú kólna á pappírshandklæði.

b) Skerið paprikuna í þunnar ræmur. Skerið kirsuberjatómatana í tvennt.

c) Fyrir sósuna, kreistið sítrónuna og blandið safanum saman við mattan ganjang, ólífuolíu og pipar. Saxið skalottlaukana og bætið honum út í sósuna.

d) Raðið eikarlaufinu og lambaskálinu í framreiðsluskál. Dreifið tófúinu, paprikunni og kirsuberjatómötunum ofan á. Stráið sesamfræjum yfir og dreypið sósunni yfir.

70. Fish Fritters/ Seangseon-Tuigim salat

HRÁEFNI:
- ¼ ísbergsalat
- ¼ mjúkt salat
- ½ laukur
- 700 g (1 lb 9 oz) hvítfiskur
- 2 meðalstór egg
- 80 g (2¾ oz) venjulegt (allskyns) hveiti
- 120 g (4¼ oz) panko brauðrasp
- 1 lítri (4 bollar) hlutlaus jurtaolía
- Hvítlauksduft
- Salt og pipar

SÓSA
- 4 matskeiðar matganjang sósa
- 2 matskeiðar sykur
- 4 matskeiðar epla- eða eplaedik
- 3 matskeiðar sódavatn
- 1 klípa pipar

LEIÐBEININGAR:

a) Þvoið og saxið salatið gróft. Skerið laukinn þunnt. Dýfðu niðursneidda lauknum í kalt vatn ásamt nokkrum dropum af ediki í 5 mínútur og tæmdu síðan. Blandið öllu hráefninu í sósuna saman til að búa til sósuna.

b) Skerið fiskinn í rétthyrndan bita sem eru 3 cm (1¼ tommur) þykkir, 5 cm (2 tommur) breiðir og um 7 cm (2¾ tommur) langir. Stráið hvern bita ríkulega yfir salti, pipar og hvítlauksdufti og setjið til hliðar til að marinerast í 5 mínútur. Þeytið eggin. Húðaðu hvern fiskbita með hveiti, síðan þeyttum eggjum, síðan panko brauðrasp.

c) Hitið jurtaolíuna í 170°C (340°F). Slepptu fiskbitunum í olíuna og eldið í 7 mínútur. Fjarlægðu þau varlega. Settu þau í sigti og láttu renna af í 5 mínútur. Steikið aftur í 3 mínútur og látið renna af aftur í 5 mínútur.

d) Dreifið salatinu og laukbitunum á framreiðsludisk. Dreypið sósu yfir.

e) Raðið fiskibollunum ofan á.

71. Tteokbokki Með sojasósu/ Ganjang-Tteokbokki

HRÁEFNI:

- gulrót
- 10 cm (4 tommu) blaðlaukur (hvítur hluti)
- 200 g (7 oz) fiskmauk
- 250 ml (1 bolli) vatn
- 3 matskeiðar sykur
- 300 g (10½ oz) tteokbokki tteok
- 100 ml (lítill ½ bolli) mottur ganjang sósa
- ½ tsk pipar Sesamfræ

LEIÐBEININGAR:

a) Skerið gulrótina í tvennt í tvo stokka, síðan hvern hluta í tvennt eftir endilöngu og síðast í þunnar ræmur eftir endilöngu. Skerið blaðlaukinn á ská í 2 cm (¾ tommu) þykka hluta. Skerið fiskmaukið á ská.
b) Hellið vatninu í pönnu. Bætið sykrinum út í og látið suðuna koma upp. Lækkið hitann strax í miðlungs og hellið tteokbokkanum út í tteok . Látið malla í 5 mínútur, hrærið til að koma í veg fyrir að þær festist við botninn á pönnunni eða hvort við annað, aðskiljið þær ef þarf.
c) Bætið mottunni ganjang , blaðlauk, gulrót og fiskmauk út í. Látið malla í 10 mínútur, hrærið stöðugt í.
d) Þegar sósan hefur minnkað um helming, bætið við piparnum og ríflegri klípu af sesamfræjum. Ef nauðsyn krefur, bætið aðeins meira mat ganjang við .

72.Ísuð þangsúpa/ Miyeok-Naengguk

HRÁEFNI:
- 10 g (¼ oz) miyeok þang (wakame)
- 100 g (3½ oz) hvít radísa (daikon)
- ½ matskeið salt 5 matskeiðar sykur
- ½ gulrót
- ¼ laukur
- 100 ml (lítill ½ bolli) epli eða hvítt edik
- 1 tsk gerjuð ansjósusósa
- 2 matskeiðar mottu ganjang sósa
- 600 ml (2 bollar) sódavatn
- 1 klípa sesamfræ
- Ísmolar, til að bera fram

LEIÐBEININGAR:
a) Leyfðu þanginu að vökva í 20 mínútur í stórri skál fullri af vatni. Tæmið og hellið 1 lítra (4 bollar) sjóðandi vatni yfir þangið áður en það er kælt undir rennandi vatni og síðan tæmt aftur. Kreistu þangið með höndum þínum til að fjarlægja umfram vatn og klipptu það gróft með skærum.

b) Skerið radísuna í eldspýtustangir. Marineríð með salti og 1 matskeið af sykri í 15 mínútur. Tæmdu og þrýstu létt með höndunum til að draga hluta af vökvanum út. Skerið gulrótina í eldspýtustangir. Skerið laukinn í eldspýtustangir og látið standa í 10 mínútur í köldu vatni ásamt nokkrum dropum af ediki og hellið síðan af.

c) Blandið þangi, ediki og 4 matskeiðum af sykrinum saman í skál. Bætið við lauknum, gulrótinni, radísunni, gerjuðri ansjósusósu, matganjang og sódavatni. Blandið aftur og kryddið með salti.

d) Áður en borið er fram, stráið sesamfræjunum yfir og bætið nokkrum ísmolum í framreiðsluskálina.

73.Gufusoðinn sjóbrjótur/ Domi-Jjim

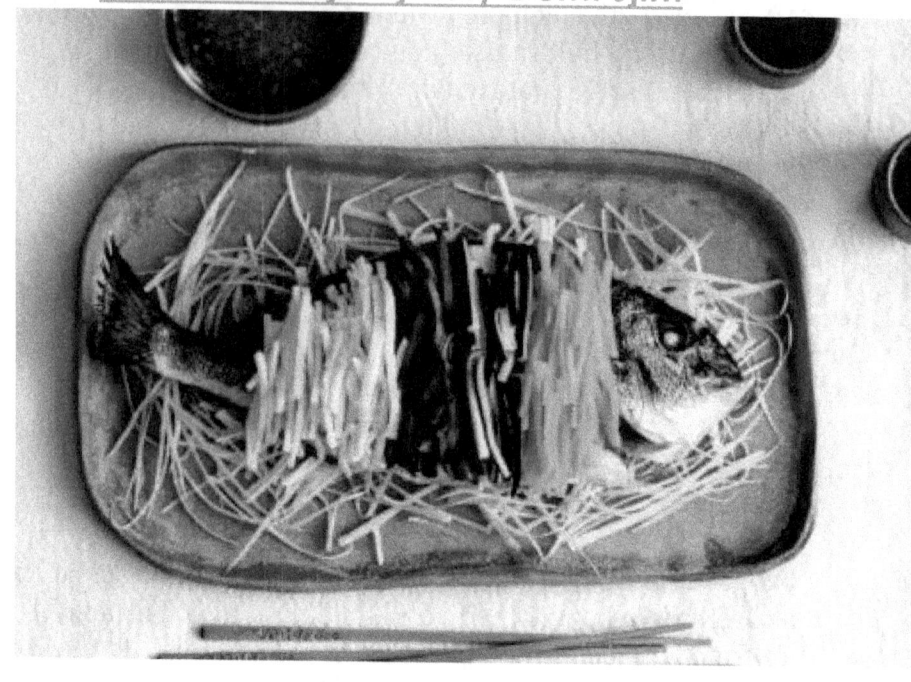

HRÁEFNI:
- 1 heill sjóbirtingur, slægður
- 3 matskeiðar hvítt áfengi (soju eða gin)
- 2 tsk sjávarsalt
- 2 tsk malað engifer
- ½ tsk pipar 6 græn blaðlauf
- 5 g (⅛ oz) ferskt engifer
- ½ sítróna

TOPPING
- 1 meðalstórt egg
- 2 pyogó sveppir (shiitake)
- ½ matskeið engifersíróp
- 1 matskeið mottu ganjang sósa
- gulrót
- kúrbít (courgette)
- ½ blaðlaukur (hvíti hluti)
- Hlutlaus jurtaolía
- Salt

SÓSA
- 1 matskeið sojasósa
- 2 matskeiðar epla- eða eplaedik
- ½ matskeið sykur
- ½ tsk sinnep

LEIÐBEININGAR:
a) Notaðu hníf til að skafa varlega utan á sjóbirtinginn í gagnstæða átt við vogina til að fjarlægja hana. Hreinsaðu fiskinn, hreinsaðu hala og ugga vandlega með því að nudda vel á milli tveggja fingra. Hreinsaðu vandlega að innan og tálkn undir rennandi vatni. Blandið saman soju, sjávarsalti, möluðu engifer og pipar. Nuddið sjóbirtinginn með þessari marineringu, að innan sem utan. Setjið til hliðar í 15 mínútur.

b) Undirbúið áleggið. Skiljið eggjahvítu frá eggjarauðu. Kryddið bæði með smá salti og þeytið sérstaklega. Búðu til þunna eggjaköku á heitri olíuðri pönnu með hvítunni, síðan með eggjarauðunni; skera þær í strimla. Skerið sveppina í eldspýtustangir og blandið saman við engifersíróp og mat ganjang sósu. Hrærið í 3 mínútur í smá hlutlausri olíu. Skerið gulrótina í eldspýtustangir og hrærið í 3 mínútur í smá hlutlausri olíu, stráið klípu af salti yfir. Endurtaktu með kúrbítnum. Endið á því að rjúfa hvíta hluta blaðlauksins.

c) Skerið þrjár stórar skurðir á hvorri hlið hafbrauðsins í 30 gráðu horni. Settu gufukörfu í hollenskan ofn og helltu vatni allt að 2 cm (¾ tommu) fyrir neðan körfuna. Leggið grænu blaðlaufin, ferskt engifer í sneiðar og þunnt sneiðar sítrónu í körfuna. Setjið sjóbirtinginn ofan á og hellið afganginum af marineringunni yfir. Lokið og látið suðuna koma upp. Látið malla í 15 mínútur við meðalhita, haltu lokuðu. Slökkvið á hitanum og látið standa í 5 mínútur án þess að taka lokið af. Opnið og látið kólna í nokkrar mínútur.

d) Blandið hráefninu í sósuna saman við. Setjið sjóbirtinginn á rúmið af rifnum hvítum blaðlauk. Leggðu hvert áleggsefni ofan á. Borðaðu með því að taka smá fiskakjöt og álegg og dýfa í sósuna.

74. Sesamspinat / Sigeumchi-Namul

HRÁEFNI:
- 2 hvítlauksrif
- 1 cm (½ tommu) blaðlaukur (hvíti hluti)
- 600 g (1 lb 5 oz) ferskt spínat
- ½ matskeið mottu ganjang sósa
- 3 matskeiðar sesamolía
- ½ matskeið sesamfræ Salt

LEIÐBEININGAR:
a) Myljið hvítlauksrifið og saxið blaðlaukinn smátt. Hreinsið spínatblöðin, skerið stilkana ef þeir eru of þykkir. Ef blöðin eru mjög breið, skera þau í tvennt þversum.
b) Hitið saltvatn að suðu í potti og hellið spínatinu út í. Um leið og blöðin byrja að visna skaltu tæma þau í sigti og renna þeim undir köldu vatni til að stöðva eldunina. Taktu stóra handfylli af kældu laufunum og kreistu þau með höndum þínum til að fjarlægja umfram vatn og settu síðan í skál.
c) Bætið hvítlauknum, blaðlauknum, mottunni út í ganjang og sesamolíu við spínatið. Nuddaðu sesamfræjunum kröftuglega á milli handanna til að mylja þau og bættu þeim síðan við spínatblönduna. Blandið þessu öllu varlega saman, losið spínatblöðin af. Athugaðu kryddið og stilltu saltið eftir smekk.

75. Þorskrúllur / Seangseon-Marigui

HRÁEFNI:
- gulrót
- 2 pyogó sveppir (shiitake)
- 4 hvítlaukslaukur
- 80 g (2¾ oz) baunaspírur
- 400 g (14 oz) þorskflök
- 2 matskeiðar hvítvín
- 1 msk engifersíróp
- 4 matskeiðar matganjang sósa
- 1 tsk sesamolía
- 1 klípa pipar
- 3 matskeiðar hlutlausar
- grænmetisolía

LEIÐBEININGAR:
a) Rífið gulrótina. Skerið sveppina þunnt. Skerið graslaukinn í 5 cm (2 tommu) bita. Þvoið og tæmið baunaspírurnar. Skerið fiskinn í sneiðar sem eru um það bil 12 cm (4½ tommur) langar og 1 cm (½ tommu) breiðar.
b) Á hvern fiskbita setjið smá gulrót, nokkra graslauk, 1 sveppasneið og nokkra baunaspíra. Rúllaðu fiskinum til að umlykja hráefnin og festu með litlum trétannstöngli.
c) Fyrir marineringuna skaltu blanda víni, engifersírópi, mat ganjang , sesamolíu og pipar. Hitið pönnu sem er húðuð með jurtaolíu yfir meðalhita. Þegar olían byrjar að hitna skaltu setja fiskrúllurnar á pönnuna. Steikið í 3 mínútur, snúið við til að elda allt yfirborð rúllanna. Bætið marineringunni út í. Látið malla við vægan hita í 5 mínútur, snúið snúðunum varlega við svo þær losni ekki í sundur.
d) Fjarlægðu tannstönglana áður en þeir eru bornir fram.

GANJANG (SOJA SÓSA)

76. Kimchi Fried Rice/Kimchi Bokkeumbap

HRÁEFNI:
- 400 g (14 oz) kínverska hvítkál Kimchi
- 1 matskeið sykur
- 1 tsk hvítlauksduft
- 1 vorlaukur (skarlaukur) stilkur (engin pera)
- 320 g (11¼ oz) túnfiskbitar í sólblómaolíu
- 2 matskeiðar hlutlaus jurtaolía
- 1 matskeið gochugaru chilli duft
- 2 matskeiðar sojasósa
- 1 msk gerjuð ansjósusósa
- 400 g (14 oz) soðin hvít hrísgrjón, köld
- 4 egg, steikt

LEIÐBEININGAR:
a) Settu kimchi í skál og notaðu skæri til að skera það í litla bita.
b) Bætið sykri og hvítlauksdufti út í og blandið vel saman. Standið í 5 mínútur.
c) Saxið vorlauksstilkann. Tæmdu túnfiskinn. Húðaðu steikarpönnu með jurtaolíu. Hellið saxuðum vorlauknum út í og hækkið hitann. Hrærið þar til vorlaukurinn fer að mýkjast. Bætið kimchi og gochugaru út í. Hrærið í 5 mínútur þar til kimchiið er aðeins hálfgagnsært. Bætið túnfisknum, sojasósunni og gerjaðri ansjósusósu út í. Hrærið í 5 mínútur.
d) Bætið soðnu hvítu hrísgrjónunum á pönnuna þegar allt hráefnið er vel blandað saman. Blandið hrísgrjónunum í gegn til að fá jafnan lit. Þegar hrísgrjónin hafa tekið jafnan lit á kimchi er suðunni lokið.
e) Berið fram í einstökum skömmtum með því að setja eitt steikt egg ofan á kimchi bokkeumbap. Berið fram með sojasósu súrum gúrkum eða hvítum radish súrum gúrkum til hliðar, ef vill.

77.Surimi salat/ Keuraemi -salat

HRÁEFNI:
- ¼ grænt salat
- ¼ laukur
- agúrka
- 1 matskeið sesamfræ
- 12 surimi (krabbi) prik

SÓSA
- 2 tsk epla- eða eplaedik
- 2 matskeiðar sykur
- 1 matskeið sojasósa
- 1 tsk sinnep
- ½ tsk pipar

LEIÐBEININGAR:
a) Þvoið salatið, skolið síðan af og rífið blöðin. Skerið laukinn þunnt og drekkið hann í skál af vatni með nokkrum dropum af ediki. Látið standa í vatninu í 10 mínútur og tæmdu síðan.
b) Skerið gúrkuna í eldspýtustangir. Myljið sesamfræin vel. Rífið surimi stangirnar í strimla með því að nota hendurnar.
c) Blandið öllu hráefninu í sósuna saman til að búa til sósuna.
d) Rétt áður en það er borið fram skaltu raða salatinu í skál. Blandið öllu saman, þar á meðal sósunni og sesamfræjunum.

78.Kóreskar nautakjöt/ Tteokgalbi

HRÁEFNI:
- 1 laukur
- ½ gulrót
- 600 g (1 lb 5 oz) nautahakk
- 6 matskeiðar sojasósa
- 4 matskeiðar sykur
- 2 matskeiðar engifersíróp
- 1 matskeið sesamolía
- 1 tsk salt
- 1 klípa pipar
- 1 eggjarauða
- 1 msk vatn graslaukur
- furuhnetur

LEIÐBEININGAR:
a) Saxið laukinn og gulrótina smátt. Klappaðu kjötið með pappírsþurrku til að fjarlægja umfram blóð. Blandið kjötinu saman við lauk, gulrót, sojasósu, sykur, engifersíróp, sesamolíu, salti, pipar og eggjarauðu þar til það hefur blandast vel saman. Áferðin ætti að vera eins og líma.
b) Skiptið í sex hluta. Fletjið út hvern hluta í höndunum til að fá jafnlaga kökur um 1 cm (½ tommu) þykkt. Ýttu á miðjuna á hvern patty með þumalfingrinum til að búa til inndrátt.
c) Hitið pönnu. Þegar það er orðið heitt, setjið kökurnar á pönnuna með inndráttinn upp. Eldið í samtals 5 mínútur, snúið við reglulega til að koma í veg fyrir að kjötið brenni. Bætið vatninu við. Lokið og eldið í 10 mínútur, snúið við hálfa leið.
d) Berið fram á graslauksbeði og stráið smá muldum furuhnetum yfir.

79. Þunnt sneið grilluð rif/La Galbi

HRÁEFNI:
- 1 kg (2 lb 4 oz) nautakjöt stutt rif með beinum, skorið í þunnar sneiðar
- 20 cm (8 tommur) blaðlaukur (hvítur hluti)
- 1 kívíávöxtur
- Grillmarinering
- 3 matskeiðar sojasósa
- 1 matskeið sesamolía

LEIÐBEININGAR:
a) Setjið kjötið í skál með köldu vatni og látið standa í 2 klukkustundir, skiptið um vatn á 30 mínútna fresti áður en það er tæmt.

b) Skerið blaðlaukinn í fjóra bita og skerið síðan hvern bita í tvennt eftir endilöngu. Flysjið og maukið kiwi ávextina í lítilli matvinnsluvél. Hellið grillmarineringunni, sojasósunni, kiwi og sesamolíu yfir kjötið og blandið vel saman. Blandið saman við blaðlaukinn. Látið hvíla í kæliskáp í að minnsta kosti 12 klst.

c) Hitið steypujárns grillpönnu eða steikarpönnu við háan hita. Setjið kjötsneiðarnar og blaðlauksbitana á pönnuna. Eldið í 7 mínútur á hvorri hlið við meðalhita.

d) Skerið kjötið á milli beinbitanna með skærum áður en það er borið fram. Þú getur borðað þetta eins og ssambap , ef vill, eða einfaldlega með hrísgrjónum og kínverska káli kimchi.

80.Salatsalat með Kimchi sósu/ Sangchu-Geotjeori

HRÁEFNI:
- ½ salat
- ½ laukur
- ½ gulrót
- 1 matskeið gochugaru chilli duft
- 2 matskeiðar sojasósa
- 1 msk gerjuð ansjósusósa
- 3 matskeiðar epla- eða eplaedik
- 2 matskeiðar sykur
- 1 tsk hvítlauksduft
- 1 matskeið sesamolía
- ½ matskeið sesamfræ

LEIÐBEININGAR:
a) Þvoið salatið, skolið af því og rífið blöðin gróft. Skerið laukinn þunnt og dýfið í skál af vatni með nokkrum dropum af ediki. Látið liggja í bleyti í 5 mínútur áður en það er tæmt. Skerið gulrótina í eldspýtustangir.
b) Blandið salatinu saman við laukinn, gulrótina, gochugaru, sojasósu, gerjaða ansjósusósu, eplaediki, sykri, hvítlauksdufti, sesamolíu og sesamfræjum. Berið fram.

81. Blaðlaukssalat/Pa- Muchim

HRÁEFNI:

- 4 blaðlaukur (hvíti hluti)
- 1 matskeið gochugaru chilli duft
- 2 matskeiðar sojasósa
- 1 msk gerjuð ansjósusósa
- 4 matskeiðar epla- eða eplaedik
- 2 matskeiðar sykur
- ½ tsk hvítlauksduft
- 1 matskeið sesamolía
- ½ matskeið sesamfræ

LEIÐBEININGAR:

a) Þvoið blaðlaukshvíturnar. Skerið þær í tvennt eftir endilöngu.

b) Skiptið innri og ytri blöðunum í tvo hrúga. Brjótið hverja bunka í tvennt, saxið síðan smátt eftir endilöngu. Dýfðu þunnum strimlum af blaðlauknum í skál af vatni með nokkrum dropum af ediki. Látið liggja í bleyti í 10 mínútur áður en það er tæmt.

c) Blandið saman blaðlauk, gochugaru, sojasósu, gerjuðri ansjósusósu, eplaediki, sykri, hvítlauksdufti, sesamolíu og sesamfræjum í skál. Berið fram.

82.Omelette , Og Túnfiskskál/ Chamchi -Mayo-Deobpab

HRÁEFNI:
- 2 egg
- 2 salatblöð
- ¼ gim þang lak (nori)
- 80 g (2¾ oz) túnfiskbitar í sólblómaolíu
- ½ tsk sykur
- 1½ msk sojasósa
- ½ tsk gochugaru chilli duft
- ½ tsk hvítlauksduft
- 180 g (6½ oz) soðin hvít hrísgrjón, heit
- 2 matskeiðar majónesi Hlutlaus jurtaolía Salt og pipar

LEIÐBEININGAR:
a) Þeytið eggin vel og kryddið með salti og pipar. Hitið pönnu smurða með jurtaolíu. Hellið eggjunum út í og hrærið til að búa til hrærð egg. Setja til hliðar.
b) Skerið salatblöðin og þangplötuna í þunnar ræmur. Tæmdu túnfiskinn, geymdu smá af olíunni. Blandið túnfisknum og frátekinni olíu í skál saman við sykur, ½ msk sojasósu, gochugaru og hvítlauksduft.
c) Raðið hrísgrjónunum og síðan kálinu í framreiðsluskálina og dreypið 1 msk sojasósu yfir. Bætið eggjakakkunni út í og síðan túnfiskinum. Dreifið ríkulega af majónesi og endið með því að strá yfir þanginu .
d) Borðaðu án þess að blanda saman með því að reyna að taka smá af öllu hráefninu í einum bita.

83.Nautakjöt Japchae / Japchae

HRÁEFNI:
- 200 g (7 oz) sætkartöfluvermicelli
- 300 g (10½ oz) þykk nautasteik
- 6 matskeiðar sojasósa
- 4 matskeiðar sykur
- 1½ tsk hvítlauksduft
- 1 tsk pipar
- 1 rauð paprika (pipar)
- 1 gulrót
- ½ kúrbít (courgette)
- 4 pyogo sveppir (shiitake) eða ostrusveppir
- ½ laukur
- 3 cm (1¼ tommur) blaðlaukur (hvítur hluti)
- 1 egg
- 100 ml (lítill ½ bolli) vatn
- 4 matskeiðar sesamolía
- ½ matskeið sesamfræ
- 5 hvítlaukslaukur
- Hlutlaus jurtaolía
- Salt

LEIÐBEININGAR:
a) Dýfðu sætu kartöflunum í kalt vatn og láttu liggja í bleyti í 2 klukkustundir og skolaðu síðan af.
b) Skerið kjötið í þunnar ræmur. Marinerið með 2 msk af sojasósunni, 1 msk af sykri, ½ tsk af hvítlauksduftinu og ½ tsk af piparnum á meðan þið útbúið restina af réttinum.
c) Skerið papriku, gulrót og kúrbít í eldspýtustangir. Skerið sveppina og laukinn þunnt. Saxið blaðlaukinn. Þeytið eggið með góðri klípu af salti. Eldið þunna eggjaköku á heitri olíuðri pönnu. Látið kólna, rúllið því varlega upp og skerið í þunnar strimla.
d) Hitið meiri jurtaolíu á pönnu við háan hita. Hrærið gulrótina og kúrbítinn og kryddið með smá salti. Þegar grænmetið hefur mýkst aðeins skaltu setja það til hliðar í skál. Gerðu það sama með paprikuna, síðan sveppina, svo laukinn. Hrærið marineraða kjötið í 5 mínútur. Setjið allt til hliðar í sömu skálinni.

e) Útbúið sósuna. Blandið saman vatni, 4 msk af sojasósunni, 3 msk af sykri, 1 tsk af hvítlauksdufti og
f) ½ tsk af piparnum. Hitið 2 matskeiðar af sesamolíu og söxuðum blaðlauk á stórri pönnu við meðalhita. Þegar blaðlaukur er orðinn arómatískur skaltu bæta við vermicelli og sósu. Eldið, hrærið, í 5 mínútur.
g) Hellið heitum vermicelli í grænmetisskálina. Skerið vermicelli með skærum, í eina átt og síðan í hina. Bætið sesamfræjunum og 2 matskeiðum af sesamolíu saman við og blandið varlega saman með höndunum þegar vermicelli hefur kólnað aðeins.
h) Raðið japchae á diska. Toppið japchaeið með eggjakökustrimunum og skreytið með söxuðum hvítlauksplauk.

84. Seaweed Vermicelli Fritters/ Gimmari

HRÁEFNI:
- 100 g (3½ oz) sætkartöfluvermicelli
- gulrót
- 1 vorlaukur (skarlaukur) stilkur (engin pera)
- 1 lítri (4 bollar) hlutlaus jurtaolía, auk auka fyrir grænmetið
- 2 matskeiðar sojasósa
- ½ matskeið sykur
- ½ matskeið sesamolía
- ½ tsk pipar
- 1½ tsk salt
- 4 gim þangblöð (nori)
- 50 g (1¾ oz) venjulegt (alhliða) hveiti
- 300 g (10½ oz) kóreskt brauðdeig

LEIÐBEININGAR:
a) Leggið vermicelli í köldu vatni í 2 klukkustundir til að skilja.
b) Saxið gulrót og vorlauk. Steikið þær í 3 mínútur í smávegis
c) grænmetisolía . Sjóðið vermicelli í sjóðandi vatni í 3 mínútur. Notar
d) sigti , hressið þær með köldu vatni og hellið síðan vel af. Settu þær
e) í skál og klippt með skærum tvisvar, myndað krossform. Blandið saman við
f) steikt grænmeti, sojasósa, sykur, sesamolía, pipar og 1 tsk
g) af salti.
h) Skerið hvert gimþangsblað í fjóra ferhyrninga, skerið það langsum og síðan þversum. Settu einn ferhyrning af þangi á borðplötuna, gróf hliðin snýr upp. Raðið smá vermicelliblöndu yfir breiddina,
i) aðeins fyrir neðan miðjuna. Notaðu kalt vatn og vættu 1,5 cm (⅝ tommu) ræma efst á blaðinu. Rúllaðu þétt upp. Vætti hlutinn festist og lokar rúllunni. Gerðu það sama fyrir öll þangblöðin.
j) Blandið hveitinu saman við ½ teskeið salti. Hitið olíuna í 170°C (340°F). Til að kanna hitastigið, láttu dropa af deigi falla ofan í olíuna: ef hann fer strax upp á yfirborðið er hitastigið rétt. Dreifið þangrúllunum létt með hveiti, tryggið að þær séu jafnhúðaðar og dýfið þeim síðan í deigið. Notaðu töng, dýfðu

hverri rúllu í olíuna, færðu hana fram og til baka tvisvar eða þrisvar áður en þú sleppir henni í olíuna.

k) Steikið í um 4 mínútur. Eldunin er búin þegar kökurnar eru orðnar gullinbrúnar. Fjarlægðu kökurnar úr olíunni og settu í sigti til að tæma í að minnsta kosti 5 mínútur. Steikið aftur í olíu í 2 mínútur og látið renna af.

l) Berið fram heitt, dýft í tuigim sósuna eða berið fram með steiktu tteokbokki með chillimauki.

85.Mat Ganjang sósa/Mat Ganjang

HRÁEFNI:
- ¼ laukur
- ¼ rófa
- 2 græn blaðlauf
- 1 sítrónu
- 1 epli
- 4 hvítlauksrif
- 170 ml sojasósa
- 130 ml (½ bolli) vatn
- 65 ml (¼ bolli) hvítt áfengi (soju eða gin)
- 1 msk gerjuð ansjósusósa
- 10 stór svört piparkorn

LEIÐBEININGAR:
a) Afhýðið laukinn og rófana. Saxið blaðlauksblöðin gróft. Skerið þunnar sneiðar af sítrónu og þunnar sneiðar af epli. Afhýðið hvítlauksrifurnar.
b) Hitið sojasósu, vatn, áfengi, gerjaða ansjósusósu, rófu, blaðlauk, lauk, hvítlauk og piparkorn að suðu í potti, lokið. Látið malla í 10 mínútur við meðalhita. Bætið sítrónunni og eplinum út í og látið malla í 10 mínútur, lokið.
c) Slökkvið á hitanum og takið lokið af. Látið kólna í 15 mínútur. Sigtið sósuna með fínu sigti. Myljið hráefnin til að ná eins miklum safa út og hægt er og fargið síðan. Hellið sósunni í forsótthreinsaða krukku eða flösku.
d) Látið kólna niður í stofuhita áður en krukkunni eða flöskunni er lokað.
e) Geymist í um 3 vikur í kæli.

86.Steiktur kóreskur kjúklingur/ Dakbokkeumtang

HRÁEFNI:

- 1,2 kg (2 lb 10 oz) heill kjúklingur
- 2 matskeiðar sykur
- 2 matskeiðar engifersíróp
- 4 meðalstórar kartöflur
- 2 gulrætur
- 1 laukur
- 10 cm (4 tommur) blaðlaukur (hvítur hluti)
- 100 g (3½ oz) kryddleg marinering
- 100 ml (lítill ½ bolli) sojasósa
- 400 ml (1½ bolli) vatn
- 100 ml (lítill ½ bolli) hvítt áfengi (soju eða gin)

LEIÐBEININGAR:

a) Hreinsaðu kjúklinginn vel til að fjarlægja allar fjaðrir eða dún sem eftir eru. Fjarlægðu alla umframfitu og húð með skærum og fargaðu nefi prestsins. Skerið í gegnum hálsinn til að skera kjúklinginn í tvennt eftir endilöngu. Skerið af vængi, læri og bol. Skerið hvern kjúkling til helminga í tvennt eða þrennt á breiddina og láttu kjúklingabringurnar vera festar við skrokkstykkin.

b) Blandið niðurskorna kjúklingnum saman við sykur og engifersíróp. Látið hvíla í 20 mínútur. Á meðan skaltu afhýða og skera kartöflurnar í tvennt, gulræturnar í 2 cm (¾ tommu) hluta og laukinn í fjórðunga. Skerið blaðlaukinn í 2 cm (¾ tommu) bita.

c) Eftir 20 mínútna hvíld bætið þá krydduðu marineringunni og sojasósunni út í kjúklinginn. Blandið saman til að hjúpa kjúklinginn með sósunni. Setjið kjúklinginn í pott, bætið kartöflunni, gulrótinni, lauknum, vatni og áfengi út í. Látið suðuna koma upp og eldið undir loki í 10 mínútur við háan hita og hrærið síðan. Skiptu yfir í meðalhita og opnaðu lokið aðeins. Látið malla í 30 mínútur og hrærið reglulega í. Bætið blaðlauknum út í og látið malla í 10 mínútur í viðbót.

87. Nautakjöt Jangjorim / Sogogi Jangjorim

HRÁEFNI:

- 1 kg (2 lb 4 oz) hanger steik (onglet)
- 2 lítrar (8 bollar) vatn
- 100 ml (lítill ½ bolli) hvítt áfengi (soju eða gin)
- 3 græn blaðlauf
- 1 laukur
- 20 stór svört piparkorn
- 50 g (1¾ oz) hvítlauksrif
- 10 g (¼ oz) ferskt engifer
- 200 ml (mikill ¾ bolli) sojasósa
- 50 g (1¾ oz) sykur

LEIÐBEININGAR:
a) Skerið kjötið í um það bil 15 cm (6 tommu) breiða hluta. Leggðu í bleyti í köldu vatni í 1½ klukkustund til að draga út blóðið, skiptu um vatn á 30 mínútna fresti. Hitið vatn að suðu í potti. Dýfðu kjötbitunum í vatnið og sjóðið í 5 mínútur, tæmdu síðan og þvoðu undir rennandi vatni, passaðu að fjarlægja storknað blóð.
b) Hellið 2 lítrum (8 bollar) af vatni og áfenginu í pott. Festið blaðlaufblöð, heilan lauk, piparkorn, hvítlauk og afhýdd engifer í bómullarmúslínpoka. Setjið pokann í pottinn og hitið að suðu. Bætið kjötinu við. Látið malla í 50 mínútur við meðalhita, þakið að hluta.
c) Fjarlægðu múslínpokann og fargaðu innihaldinu. Setjið kjötið og seyðið til hliðar sérstaklega. Leyfið soðinu að kólna þar til fitan storknar á yfirborðinu, farðu síðan í gegnum fínt möskva sigti til að fjarlægja fituna. Rífið kjötið í sundur með höndunum í áttina að vöðvaþráðunum til að fá um það bil 5 mm (¼ tommu) þykka ræmur.
d) Hitið 800 ml (3¼ bolla) af seyði, sojasósu, sykri og kjöti að suðu í potti. Eldið í 25 mínútur við meðalhita. Hellið kjötinu og safa í forsótthreinsaða krukku. Látið kólna niður í stofuhita. Þetta nautakjöt geymist í 2 vikur í kæli. Berið fram sem meðlæti eða fyllingu, kalt eða aðeins heitt.

88. Agúrka sojasósa súrum gúrkum / Oi Jangajji

HRÁEFNI:
- 5 eða 6 ungar gúrkur
- 1 handfylli gróft sjávarsalt
- 150 ml (mikill ½ bolli) sojasósa
- 150 ml (mikill ½ bolli) hvítt edik
- 300 ml (1¼ bolli) bjór
- 75 g (2½ oz) sykur

LEIÐBEININGAR:
a) Nuddaðu gúrkurnar með grófu sjávarsalti. Skolaðu þau undir vatni og þurrkaðu þau með pappírshandklæði.
b) Sótthreinsaðu krukkuna. Hellið vatni í pott og setjið krukkuna á hvolf. Hitið við háan hita og látið sjóða í 5 mínútur. Taktu krukkuna upp með ofnvettlingum og þurrkaðu hana þegar hún hefur kólnað aðeins.
c) Undirbúið marineringuna. Hellið sojasósu, ediki, bjór og sykri í pott. Látið suðuna koma upp og eldið, án loks, í 5 mínútur við háan hita.
d) Setjið gúrkurnar í dauðhreinsuðu krukkuna, pakkið þeim eins þétt inn og þú getur. Hellið heitri marineringunni beint yfir gúrkurnar með sleif. Þrýstu gúrkunum aðeins niður með skeið. Látið kólna niður í stofuhita. Lokaðu krukkunni og geymdu í kæli.
e) Þessar súrum gúrkur eru tilbúnar til að borða eftir 1 viku í hvíld og má geymast í að minnsta kosti 3 mánuði.

89.Kimchi Gimbap /Kimchi- Kimbap

HRÁEFNI:
- 200 g (7 oz) kínverska hvítkál Kimchi
- 3 tsk sykur
- agúrka
- 2½ tsk salt, auk auka til að krydda
- 3 egg
- 1 tsk hvítlauksduft
- 2 gulrætur
- 5 surimi (krabbi) prik
- ½ matskeið sojasósa
- 300 g (10½ oz) soðin hvít hrísgrjón, heit
- 2 stór gim þangblöð (nori)
- 2 skinkusneiðar Sesamolía
- Hlutlaus jurtaolía
- sesamfræ

LEIÐBEININGAR:
a) Þvoðu kimchi og kreistu það í hendurnar til að fjarlægja safann og skerðu það síðan í litla bita. Blandið því saman við 2 tsk af sesamolíu og 1 tsk af sykri þar til það hefur blandast vel saman. Skerið gúrkuna í eldspýtustangir, blandið saman við ½ tsk af salti, blandið vel saman og þrýstið með höndum til að draga út umfram vatn.
b) Þeytið eggin. Kryddið með 1 klípu af salti og hvítlauksduftinu. Búðu til 2 mjög þunnar eggjaköku á heitri olíuborinni pönnu og settu síðan til hliðar. Skerið gulræturnar í eldspýtustangir. Hrærið gulræturnar í 3 mínútur á heitri olíuðri pönnu og kryddið með 1 klípu af salti og setjið síðan til hliðar. Rífið surimi stangirnar í sundur með höndunum og hrærið í 3 mínútur á heitri olíupönnu, bætið við 2 tsk af sykrinum og sojasósunni á meðan þær eru steiktar. Blandið hrísgrjónunum saman við ½ matskeið af sesamolíu og hinum 2 tsk af salti (A).
c) Til að mynda fyrstu rúlluna skaltu setja 1 þangark á bambusmottu (gimbal eða makisu), grófa hliðin upp. Hyljið þangið með þunnu lagi af jafndreifðum hrísgrjónum. Raðið 1 sneið af skinku á hrísgrjónin, skerið það þannig að það hylji yfirborð blaðsins neðst. Setjið eggjakökuna ofan á, skerið hana

á sama hátt. Í miðri eggjakökunni skaltu setja gúrku, surimi, gulrót og kimchi hlið við hlið.

d) Brjótið saman neðri hluta blaðsins með því að nota mottuna (BC) til að hylja innihaldsefnin, þrýstið fast svo að hrísgrjónin festist utan á þanginu.

e) Á efri brún þangsplötunnar, myljið nokkur hrísgrjónkorn til að hjálpa til við að loka gimbapinu (D). Endurtaktu ferlið þar til blaðinu hefur verið rúllað að fullu . Notaðu sætabrauðsbursta, penslið toppinn á rúllunni með sesamolíu.

f) Skerið rúlluna í 1 cm (½ tommu) þykka hluta (E). Endurtaktu fyrir seinni rúlluna. Stráið sesamfræjum yfir og njótið (F).

GERJUÐ ANSÓVÍSÓSA

90. Kimchi pönnukökur/ Kimchijeon

HRÁEFNI:
- 500 g (1 lb 2 oz) kínverska hvítkál Kimchi
- 2 tsk gochugaru chilli duft
- 2 matskeiðar gerjuð ansjósusósa
- 650 g (1 lb 7 oz) kóreskt pönnukökudeig
- Hlutlaus jurtaolía

LEIÐBEININGAR:
a) Skerið kimchi í litla bita með skærum og setjið í skál án þess að tæma safann. Bætið gochugaru út í chilli duft og gerjuð ansjósu sósu. Bætið pönnukökudeiginu út í og blandið vel saman.
b) Smyrjið pönnu ríkulega með jurtaolíu og hitið við háan hita. Smyrjið þunnu lagi af kimchi deigi í botninn á pönnunni. Notaðu spaða til að lyfta deiginu strax af botninum til að koma í veg fyrir að það festist. Um leið og brúnirnar byrja að brúnast og yfirborðið stífnar aðeins, snúið pönnukökunni við.
c) Eldið hina hliðina við háan hita í 4 mínútur til viðbótar. Endurtaktu fyrir hverja pönnuköku.
d) Njóttu með kóreskri pönnukökusósu eða lauksojasósu súrum gúrkum.

91.Nautakjöt með sveppum og kúrbít

HRÁEFNI:
- 150 g (5½ oz) stuttkorna hvít hrísgrjón
- 200 g (7 oz) nautahakk
- ½ matskeið gerjuð ansjósusósa
- ½ matskeið sykur
- ½ tsk hvítlauksduft
- 1 tsk hvítt áfengi (soju eða gin)
- ½ laukur
- 1 gulrót
- 2 pyogósveppir (shiitake) eða hnappasveppir
- ½ kúrbít (courgette)
- 1,2 lítrar (5 bollar) vatn
- Salt eftir smekk

LEIÐBEININGAR:
a) Þvoið hrísgrjónin þrisvar sinnum. Leggið í bleyti í að minnsta kosti 45 mínútur í köldu vatni.
b) Á meðan skaltu klappa nautakjötinu með pappírsþurrku til að fjarlægja umfram blóð. Blandið nautakjötinu saman við ansjósusósuna, sykri, hvítlauksdufti og áfengi. Setjið til hliðar í 20 mínútur.
c) Saxið laukinn, gulrótina, sveppina og kúrbítinn niður.
d) Tæmið hrísgrjónin.
e) Hitið pott. Þegar það er orðið heitt skaltu steikja kjötið í nokkrar mínútur og passa að aðskilja það í litla bita með skeið. Bætið við hrísgrjónunum og 500 ml (2 bollar) af vatninu. Látið suðuna koma upp. Lækkið hitann í miðlungs, hrærið regluleg í 20 mínútur. Bætið grænmetinu við. Bætið afganginum af vatninu smám saman við næstu 30 mínúturnar við vægan hita og hrærið reglulega. Kryddið með salti.

92.Hrærður kúrbít/ Hobak-Namul

HRÁEFNI:
- 2 kúrbít (courgettes)
- ½ laukur
- ½ gulrót
- 2 hvítlauksrif
- 2 matskeiðar hlutlaus jurtaolía
- 2 tsk gerjuð ansjósusósa
- 1 tsk sesamolía
- ½ tsk sesamfræ Salt

LEIÐBEININGAR:
a) Skerið kúrbítinn í tvennt eftir endilöngu, síðan í 5 mm (¼ tommu) þykk hálftungl. Skerið laukinn þunnt og skerið gulrótina í eldspýtustangir. Myljið hvítlaukinn.
b) Smyrjið botninn á pönnu með jurtaolíu og hrærið hvítlaukinn við háan hita þar til hann er ilmandi. Bætið lauknum og gulrótinni út í. Hrærið þar til laukurinn fer að verða hálfgagnsær. Bætið kúrbítnum og gerjuðri ansjósusósu út í. Hrærið í 3 til 5 mínútur. Kúrbíturinn ætti að vera örlítið stökkur. Smakkið til og saltið eftir smekk.
c) Af hitanum, bætið sesamolíu og sesamfræjum út í. Blandið varlega saman á pönnunni á meðan það er enn heitt. Njóttu heitt eða kalt.

93.Kínverska hvítkál Kimchi/ Baechu -Kimchi

HRÁEFNI:
PÖLLUR
- 2 kínakál, um það bil 1,8 kg (4 lb) hvert
- 350 g (12 oz) gróft sjávarsalt
- 2 lítrar (8 bollar) vatn

MARINADE
- 300 ml (1¼ bollar) vatn
- 15 g (½ oz) hrísgrjónamjöl
- 100 g (3½ oz) gochugaru chilli duft
- 10 g (¼ oz) engifer
- 1 lítill laukur
- 1 pera
- 70 g (2½ oz) gerjuð ansjósusósa
- 50 g (1¾ oz) sykur
- 80 g (2¾ oz) hvítlaukur, pressaður
- 1 búnt vorlaukur (laukur)
- 400 g (14 oz) hvít radísa (daikon)
- Sjó salt

LEIÐBEININGAR:
a) Skerið varlega og fargið harða enda kálanna og tryggið að blöðin haldist fast saman. Skerið kínakálið í fernt. Til að gera þetta skaltu nota langan, mjög beittan hníf. Byrjaðu á botninum, skerðu hvert hvítkál tvo þriðju hluta leiðarinnar upp á toppinn. Aðskiljið tvo hlutana með höndunum (A) og rifið efst á blöðunum. Gerðu það sama fyrir tvo helmingana til að fá fjórðu af káli. Þynntu 200 g (7 oz) af grófu sjávarsalti út í
b) 2 lítra (8 bollar) af vatni, hrærið kröftuglega til að búa til saltvatnið. Dýfðu hverjum kálfjórðungi í saltvatninu og tryggðu að þeir séu vel vættir . Dreifið einni handfylli af salti sem eftir er á milli laufanna um þéttan grunnhluta hvers kálfjórðungs.
c) Setjið kálfjórðungana í ílát með saltvatninu sem eftir er og með innri hluta laufanna upp á við. Leyfðu í 3 til 5 klukkustundir, athugaðu mýkt laufanna nálægt endanum. Ef harður grunnur laufanna beygir sig á milli tveggja fingra án þess að brotna, er pæklunin lokið . Skolið kálið þrisvar sinnum í röð og látið síðan renna af í að minnsta kosti 1 klst.

d) Útbúið hrísgrjónamjölsúpuna (B). Hellið 300 ml (1¼ bolla) vatni og hrísgrjónamjölinu í pott. Hrærið og látið suðuna koma upp, hrærið reglulega, lækkið svo hitann á meðan haldið er áfram að hræra í um það bil 10 mínútur. Látið kólna, blandið síðan saman við gochugaru chilli duft (C).
e) Maukið engifer, lauk og hálfa peruna í lítilli matvinnsluvél. Hrærið þessari blöndu út í hrísgrjónamjölsblönduna. Bætið við ansjósusósunni (D), sykri, pressuðum hvítlauk og vorlauk sem hefur verið skorinn í fjórar á breidd og í tvennt eftir endilöngu. Skerið hvítu radísuna og hálfa peruna sem eftir er í eldspýtustangir og bætið við blönduna. Kláraðu kryddið með sjávarsalti eftir þörfum.
f) Penslið hvern kálfjórðung með marineringunni (E), þar á meðal á milli laufanna. Settu hvern kálfjórðung þannig að ytri blöðin snúi niður í loftþéttu íláti (F). Fylltu aðeins að 70% fullt. Hyljið öll einstæð kálblöð með marineringunni, hyljið með plastfilmu og lokið vel með loki. Látið standa í 24 klukkustundir í myrkri við stofuhita og geymið síðan í kæli í allt að 6 mánuði.

94.Agúrka Kimchi/Oi- Sobagi

HRÁEFNI:
PÖLLUR
- 15 gúrkur (1,5 kg/3 lb 5 oz)
- 100 g (3½ oz) gróft sjávarsalt, auk auka til að þrífa gúrkurnar
- 1 lítri (4 bollar) vatn

MARINADE
- 60 g (2¼ oz) hrísgrjónamjöl

SÚPA
- 80 g (2¾ oz) graslaukur
- 2 vorlaukar (laukur)
- 50 g (1¾ oz) hvítlauksrif
- 50 g (1¾ oz) gochugaru chilli duft
- 50 g (1¾ oz) gerjuð ansjósusósa
- Sjó salt

LEIÐBEININGAR:
a) Undirbúið gúrkurnar: skerið 5 mm (¼ tommu) af endunum og þvoið undir köldu vatni, nuddið þær með grófu salti til að fjarlægja óhreinindi úr húðinni. Setjið í stóra skál. Blandið grófu sjávarsalti saman við

b) 1 lítra (4 bolla) vatnið þar til saltið leysist upp, hellið síðan yfir gúrkurnar. Standið í 5 til 8 klukkustundir, snúið gúrkunum ofan frá og niður á 90 mínútna fresti. Til að athuga hvort pæklunin sé búin skaltu brjóta agúrku varlega saman. Það verður að vera mjúkt og beygja án þess að brotna. Þvoðu gúrkurnar tvisvar með hreinu vatni og þurrkaðu þær.

c) Undirbúið marineringuna með því að setja hrísgrjónamjölsúpuna í skál. Þvoið og skerið graslaukinn í 1 cm (½ tommu) bita. Skerið vorlaukslaukana í eldspýtustangir og stilkana í tvennt eftir endilöngu, síðan í 1 cm (½ tommu) bita. Myljið hvítlaukinn. Blandið grænmetinu saman við hrísgrjónamjölssúpuna og bætið gochugaru og gerjaðri ansjósusósu út í. Kryddið með sjávarsalti ef þarf .

d) Skerið gúrkurnar. Til að gera þetta skaltu setja hverja gúrku á borð og skera í tvo hluta með því að setja hnífsoddinn 1 cm (½ tommu) frá endanum og skera varlega. Þegar hnífsblaðið snertir borðið, gríptu gúrkuna, snúðu henni og færðu hana upp á blaðið til að skilja vel. Gerðu það sama á annarri hliðinni þannig að gúrkurnar séu skornar í fjóra prik sem enn eru festir við botninn. Fylltu hverja gúrku með 1 eða 2 klípur af marineringunni. Nuddaðu marineringunni líka utan á gúrkurnar.

e) Fylltu loftþétt ílát að 70% fullt af gúrkunum, settu þær fallega flatar og gerðu nokkur lög. Hyljið með plastfilmu og lokaðu lokinu vel. Látið vera við stofuhita í 24 klukkustundir fjarri sólarljósi og geymið síðan í kæli. Þetta kimchi má borða ferskt eða gerjað frá næsta degi. Gúrkurnar haldast stökkar í um það bil 2 mánuði.

95. White Radish Kimchi/ Kkakdugi

HRÁEFNI:
PÖLLUR
- 1,5 kg (3 lb 5 oz) afhýdd hvít radísa (daikon), svart radísa eða rófa
- 40 g (1½ oz) gróft sjávarsalt
- 50 g (1¾ oz) sykur
- 250 ml (1 bolli) freyðivatn

MARINADE
- 60 g (2¼ oz) gochugaru chilli duft
- 110 g (3¾ oz) venjuleg (alhliða) hveitisúpa
- ½ pera
- ½ laukur
- 50 g (1¾ oz) gerjuð ansjósusósa
- 60 g (2¼ oz) hvítlauksrif
- 1 tsk malað engifer
- 5 cm (2 tommur) blaðlaukur (hvítur hluti)
- ½ msk sjávarsalt 2 msk sykur

LEIÐBEININGAR:

a) Skerið radísuna í 1,2 cm (½ tommu) þykka hluta, síðan hvern hluta í fernt. Setjið þær í skál og bætið við grófu sjávarsalti, sykri og freyðivatni. Blandið vel saman með höndunum þannig að sykrinum og salti sé nuddað vel inn. Látið standa í um það bil 4 klukkustundir við stofuhita. Þegar radísubitarnir eru orðnir teygjanlegir er pæklin lokið. Skolið radísubitana einu sinni í vatni. Látið renna af þeim í að minnsta kosti 30 mínútur.

b) Fyrir marineringuna er gochugaru blandað saman við kalda hveitisúpuna (sama undirbúningstækni og fyrir hrísgrjónamjölsúpuna, bls. 90). Maukið peruna, laukinn og gerjuða ansjósusósuna í lítilli matvinnsluvél og blandið saman við gochugaru- hveitiblönduna. Myljið hvítlaukinn og hrærið honum út í blönduna ásamt möluðu engiferinu. Skerið blaðlaukinn í þunnar sneiðar og hrærið út í blönduna. Kláraðu kryddið með sjávarsalti og sykri.

c) Blandið radísubitunum saman við marineringuna. Settu í loftþétt ílát, fylltu það að 70% fullt. Hyljið með plastfilmu og þrýstið á til að fjarlægja eins mikið loft og hægt er. Lokaðu lokinu vel. Látið standa í 24 klukkustundir í myrkri við stofuhita og geymið síðan í kæli í allt að 6 mánuði. Bragðið af þessum kimchi er best þegar það er vel gerjað, sem er eftir um það bil 3 vikur.

96.Graslaukur Kimchi/Pa-Kimchi

HRÁEFNI:
PÖLLUR
- 400 g (14 oz) hvítlaukslaukur
- 50 g (1¾ oz) gerjuð ansjósusósa

MARINADE
- 40 g (1½ oz) gochugaru chilli duft
- 30 g (1 oz) hrísgrjónamjölsúpa
- ¼ pera
- ¼ laukur
- 25 g (1 oz) hvítlauksrif
- 1 matskeið varðveitt sítróna
- ½ tsk malað engifer
- 1 matskeið sykur

LEIÐBEININGAR:
a) Þvoið graslauksstönglana vel og fjarlægið ræturnar. Raðið graslauknum, laukunum niður, í stóra skál. Hellið ansjósusósunni yfir graslaukinn, beint á neðsta hlutann. Allir stilkar ættu að vera vel vættir. Hjálpaðu til við að dreifa sósunni með höndunum, sléttaðu frá botni og upp. Á 10 mínútna fresti færðu sósuna á sama hátt frá botni skálarinnar og upp á stilkanna og haltu þessu áfram í 30 mínútur.
b) Hrærið chiliduftinu út í hrísgrjónamjölsúpuna. Maukið peruna og laukinn saman í lítilli matvinnsluvél og myljið hvítlaukinn. Blandið saman við hrísgrjónamjölssúpuna. Hellið blöndunni í skálina sem inniheldur graslaukinn. Bætið varðveittu sítrónunni, möluðu engiferinu og sykri út í. Blandið með því að hylja hvern graslauksstilk með marineringunni.
c) Setjið í loftþétt ílát, fyllið að 70% fullt. Hyljið með plastfilmu og þrýstið á til að fjarlægja eins mikið loft og hægt er. Lokaðu lokinu vel. Látið standa í 24 klukkustundir í myrkri við stofuhita og geymið síðan í kæli í allt að 1 mánuð.

97. Hvítur Kimchi

HRÁEFNI:
SÖKUR
- 1 kínakál, um það bil 2 kg (4 lb 8 oz)
- 200 g (7 oz) gróft sjávarsalt
- 1 lítri (4 bollar) vatn

MARINADE
- ½ pera
- ½ laukur
- 50 g (1¾ oz) hvítlauksrif
- 60 g (2¼ oz) hrísgrjónamjölsúpa
- 600 ml (2 bollar) sódavatn
- 2 matskeiðar gerjuð ansjósusósa
- 3 matskeiðar engifersíróp
- 1 matskeið sjávarsalt

FYLLING
- 200 g (7 oz) hvít radísa (daikon), svart radísa eða rófa
- ½ pera
- ½ gulrót
- ½ rauður chilli (má sleppa) 5 hvítlaukslauksstilkar 2 þurrkaðir jurtir
- 1 matskeið sjávarsalt
- 1 matskeið sykur

LEIÐBEININGAR:
a) Skerið varlega og fargið harða enda kínakálsins og tryggið að blöðin haldist fast saman. Skerið kálið í fernt. Til að gera þetta skaltu nota langan, mjög beittan hníf. Byrjaðu á botninum, skerðu kálið tvo þriðju hluta leiðarinnar upp á toppinn.

b) Aðskilja tvo hluta með höndunum, rífa efst á laufunum. Gerðu það sama fyrir tvo helmingana til að fá fjórðu af káli. Þynntu 100 g (3½ oz) af grófu sjávarsalti í 1 lítra (4 bolla) vatninu og hrærðu kröftuglega til að búa til saltvatnið.

c) Dýfðu hverjum kálfjórðungi í saltvatni og tryggðu að þeir séu vel vættir . Skiptið einni handfylli af salti sem eftir er á milli laufanna í kringum fastan grunnhluta hvers kálfjórðungs.

d) Settu kálfjórðungana í ílát með saltvatninu sem eftir er, með innri hluta laufanna upp.

e) Leyfðu í 3 til 5 klukkustundir, athugaðu mýkt laufanna nálægt endanum. Ef harður grunnur laufanna beygir sig á milli tveggja fingra án þess að brotna, er pæklunin lokið. Skolið kálið þrisvar sinnum í röð og látið renna af í að minnsta kosti 1 klukkustund.
f) Fyrir marineringuna maukaðu peruna, laukinn og hvítlaukinn í lítilli matvinnsluvél. Hellið blöndunni og hrísgrjónamjölssúpunni í gegnum fínt möskva sigti yfir skál, þrýstið með sleif á meðan sódavatninu er bætt út í til að draga úr safanum. Þegar aðeins trefjarnar eru eftir í sigtinu skaltu farga þeim. Ef eitthvað vatn er eftir, bætið því þá við síaða safann. Smakkið til með gerjuðri ansjósusósu, engifersírópi og sjávarsalti.
g) Fyrir fyllinguna, skerið radísuna, peruna, gulrótina og rauða chilli í eldspýtustangir. Skerið graslaukinn í 5 cm (2 tommu) bita. Fjarlægðu miðfræið úr jurtunum og skerðu í eldspýtustangir. Blandið öllu hráefninu saman við sjávarsalti og sykur.
h) Setjið 2 eða 3 klípa af fyllingu á milli hvers kálblaða og vefjið hvern kálfjórðung upp með síðasta ytra blaðinu til að halda fyllingunni inni. Setjið kálið í loftþétt ílát með innri hluta blaðanna upp og hyljið með marineringunni og passið að fylla hana ekki meira en 80%. Lokaðu lokinu vel.
i) Látið standa í 24 klukkustundir í myrkri við stofuhita og geymið síðan í kæli í allt að 6 mánuði. Þú getur borðað þennan kimchi eftir 2 vikur.

98.Svínakjöt Og Kimchi Hrærið/Kimchi- Jeyuk

HRÁEFNI:
- 600 g (1 lb 5 oz) beinlaus svínaöxl
- 3 matskeiðar sykur
- 350 g (12 oz) kínverska hvítkál Kimchi
- 10 cm (4 tommur) blaðlaukur (hvítur hluti)
- 50 ml (lítill ¼ bolli) hvítt áfengi (soju eða gin)
- 40 g (1½ oz) kryddaður

MARINADE
- 1 msk gerjuð ansjósusósa

TOFU
- 200 g (7 oz) þétt tófú
- 3 matskeiðar hlutlaus jurtaolía
- Salt

LEIÐBEININGAR:
a) Skerið svínakjötið í þunnar sneiðar með mjög beittum hníf. Það má frysta í 4 klukkustundir áður en það er skorið í sneiðar. Marinerið svínasneiðarnar í sykrinum í 20 mínútur. Skerið kálið í 2 cm (¾ tommu) breiðar ræmur. Skerið blaðlaukinn í 1 cm (½ tommu) þykka hluta á ská. Blandið kimchi, hvítalkóhóli og kryddjuðu marineringunni saman við svínakjötið.
b) Hitið pönnu við háan hita og hrærið svínakjöts- og kimchiblönduna í 30 mínútur. Bætið við smá vatni meðan á eldun stendur ef blandan virðist of þurr. Bætið blaðlauknum út í og hrærið í 10 mínútur í viðbót. Kryddið með gerjaðri ansjósusósunni.
c) Á meðan skaltu skera tófúið í 1,5 cm (⅝ tommu) ferhyrninga. Hitið pönnu sem er húðuð með jurtaolíu. Steikið við meðalhita þar til allar hliðar eru fallega gullnar. Notaðu spaða og skeið til að snúa tófúbitunum svo að þeir brotni ekki. Kryddið hvora hlið með salti á meðan á eldun stendur. Eftir matreiðslu skaltu láta tófú kólna á pappírshandklæði.
d) Settu bita af kimchi og svínakjöti á rétthyrning af tófú og borðaðu saman.

99. Kimchi Stew/Kimchi-Jjigae

HRÁEFNI:
- 500 g (1 lb 2 oz) kínverska hvítkál Kimchi
- 300 g (10½ oz) beinlaus svínaöxl
- 1 laukur
- 1 vorlaukur (laukur)
- 2 hvítlauksrif
- 200 g (7 oz) þétt tófú
- 1 matskeið sykur
- 2 matskeiðar gerjuð ansjósusósa
- 500 ml (2 bollar) vatn

LEIÐBEININGAR:
a) Skerið kimchi í 2 cm (¾ tommu) breiðar ræmur. Skerið svínakjötið í hæfilega stóra bita. Skerið laukinn í teninga. Skerið vorlauksperuna í fernt og bætið út í laukinn. Skerið vorlauksstilkann á ská og leggið til hliðar. Myljið hvítlaukinn. Skerið þétt tófúið í 1 cm (½ tommu) þykka ferhyrninga.
b) Hitið pott yfir háum hita án olíu. Þegar það er heitt, bætið þá kimchi út í og stráið sykri yfir. Setjið svínakjötið ofan á og stráið ansjósusósunni jafnt yfir. Bætið pressuðum hvítlauk út í. Steikið í nokkrar mínútur þar til svínakjötið er gullið og kimchiið byrjar að verða hálfgagnsært. Bætið vatni og hægelduðum lauk út í og blandið síðan saman.
c) Látið malla við meðalhita í 20 mínútur, án loks. Fimm mínútum fyrir lok eldunar skaltu smakka soðið og bæta við gerjuðri ansjósusósu ef þarf. Bætið tófúinu og vorlaukstilknum saman við. Berið fram heitt.

100.Kínverska hvítkál salat með Kimchi sósu/ Baechu-Geotjeori

HRÁEFNI:
- 600 g (1 lb 5 oz) kínakál
- 50 g (1¾ oz) gróft sjávarsalt
- 1 lítri (4 bollar) vatn
- 4 hvítlaukslauksstönglar (eða 2 vorlauks-/hvítlauksstilkar, án peru)
- 1 gulrót
- 1 matskeið sykur 50 g (1¾ oz) kryddaður

MARINADE
- 2 matskeiðar gerjuð ansjósusósa
- ½ matskeið sesamfræ
- Sjó salt

LEIÐBEININGAR:
a) Skerið kínakálið í stóra bita. Leysið saltið upp í vatninu og dýfið kálinu niður. Látið hvíla í 1½ klst.
b) Skerið graslaukinn í 5 cm (2 tommu) bita. Rífið gulrótina.
c) Tæmið kálið. Skolið það þrisvar sinnum í röð og leyfið síðan að renna af í 30 mínútur. Blandið því saman við sykur, kryddmarineringu, gerjuð ansjósu sósu, gulrót og graslauk. Stillið kryddið með sjávarsalti. Stráið sesamfræjum yfir.

NIÐURSTAÐA

Þegar við lýkur ferð okkar um sál kóreskrar matargerðar, finnum við okkur ekki bara með safn uppskrifta, heldur með dýpri þakklæti fyrir menningararfleifð sem fléttað er inn í hvern rétt. „Jang: Sál kóreskrar matreiðslu" hvetur okkur til að njóta tímalauss kjarna Jang og hlutverks hans í að móta lifandi mósaík kóreskrar matargerðar.

Þegar við kveðjum þessar síður fullar af matreiðslu innblástur, megi bragðið sitja eftir á gómum okkar og megi listmennska Jang halda áfram að hvetja jafnt vana matreiðslumenn sem heimakokka. Leyfðu þessari könnun að vera áminning um að á bak við hvern rétt er saga, og innan hvers bita getum við smakkað sál menningar – menningu sem er fallega innlyksa í hinum ríkulega og bragðmikla heimi kóreskrar matargerðar.

www.ingramcontent.com/pod-product-compliance
Lightning Source LLC
Chambersburg PA
CBHW071323110526
44591CB00010B/999